நீர் உயிரின் வேர்

நீரின் பண்பும் பயனும்

அமிர்தம் பீட்டர் ராசன்

உறுப்பினர்

வேதியியல் பொறியாளர்களின் இந்திய நிறுவனம்

அறம் பதிப்பகம்

நீர் உயிரின் வேர்
அமிர்தம் பீட்டர் ராசன்

முதல் பதிப்பு - ஜனவரி 2023

வெளியீட்டு எண்: 89

வெளியீடு: அறம் பதிப்பகம்

Neer Uyerin Veer
Author: Amirtham Peeter Rasan
First Edition: Janaury, 2023
Published by: Aram Publication
Address: No. 3/582, Mullai street,
Kasthuribai nagar, Mullipattu village & post
Arani Taluk - 632 316
Tiruvannamalai Dt, Tamil nadu
Contact Cell No: 9150724997
e-mail: arampublication50@gmail.com

Designer: G. Murugan

ISBN: 978-93-91480-56-1

Pages: 136

அன்புடன்

பதிப்புரை

பொறிஞர். அமிர்தம் பீட்டர் ராசன், அவர்கள் எழுதியுள்ள, “ நீர் உயிரின் வேர் ” என்ற இந்தப் புத்தகம் உண்மையில் வித்தியாசமானது, சமூகத்திற்கு மிகவும் பயன்படக்கூடியது. சுற்றுச்சூழல் எழுத்தாளர்கள், பலரும், நீரை வரலாற்றுக்குரிய கோணத்தில் எழுதி யுள்ளனர், சுற்றுச்சூழல் பார்வையில் எழுதியிருக்கின்றனர். புள்ளி விவரங்களின் அடிப்படையில் எழுதியுள்ளனர். ஆனால் தமிழ்கூறும் நல்லுலகத்திற்கு அறிவியலின் அடிப்படையில் எழுதியவர் பொறிஞர். அமிர்தம் பீட்டர் ராசன் அவர்கள் மட்டுமே என்பது உண்மையில் பெருமைக்குரிய ஒரு முயற்சியாகும்.

அத்தகைய பெருமைக்குரிய நீர் உயிரின் வேர் புத்தகத்தை அறம் பதிப்பகம் வெளியிடுவதில் உண்மையில் அறம் பதிப்பகம் பெருமை கொள்கின்றது. இந்த புத்தகத்தில் நூலாசிரியர், அறிவியலின் அடிப்படையிலும், அறிவியல் வழி நின்றும் நீர் மற்றும் நீர் குறித்தான தகவல்களை விளக்குவது உண்மையில் வாசகரை வியப்புக்கு கொண்டு செல்லும் என்பதில் ஐயமில்லை.

உண்மையில் அளப்பறியப் பொருளாகத் தோன்றும் தண்ணீர் அரிதான ஒரு பொருள் மற்றும் அரிதாகிக் கொண்டு வரும் ஒரு பொருள் என்பதை முதலில்

மனிதர்கள் உணர்ந்து கொள்ள வேண்டும். அத்தகை உணர்வை உருவாக்க நீர் உயிரின் வேர் போன்ற தலைப்பிலான புத்தகமும், அதன் பேசு பொருள் மிகவும் பயன்படும் என்பதில் யாருக்கும் மாற்று கருத்திருக்க முடியாது. இத்தகைய தலைப்பிலான புத்தகங்கள் நிறைய வரவேண்டும். என்பது அறம் பதிப்பகத்தின் அவா. இந்த புத்தகத்தின் ஆசிரியர் திரு. அமிர்தம் பீட்டர் ராசன் அவர்களை அறம் பதிப்பகம் மிகவும் பாராட்டுகின்றது.

இந்த புத்தகத்தை தட்டச்சு செய்து வடிவமைப்பு மற்றும் அழகிய அட்டைப்படம் தந்த திரு. கதிரவன் அவர்களுக்கு அறம் பதிப்பகம் நன்றி செலுத்துகின்றது. இந்தப் புத்தகத்தை அச்சிட்ட துர்கா பைண்டர்ஸ் அவர்களுக்கும் நன்றி.

அறம் பதிப்பகத்துக்காக,

ஆரணி **மா. அமரேசன்**

ஜூலை *2022*

அணிந்துரை

இந்த நூலைப் படித்தல் என்பது எனக்கு ஓர் அழகான நீரியல் பயணமாக இரு ந்தது. இந்தப் பயணத்தில் நீர் பாதுகாப்பை உறுதிபடுத்துவதற்கான வேதியியல் கோட்பாடுகள் எளிமையாகக் காட்சிப்படுத்தப் பட்டிருப்பதைப் பார்த்து வியந்து போனேன். சங்கக் காலத்திற்கு முற்பட்ட காலச்சூழலிலிருந்து தற்காலம் வரை நீர் மேலாண்மை குறித்த வரலாற்றுச் சான்றுகள் யாவும் புள்ளி விவரங்களுக்காகப் பயன்படுத்தப்படாமல், நீரின் இன்றியமையாமையை அறிவுறுத்துவதற்காகப் பயன் படுத்தப்பட்டிருப்பது ஆசிரியரின் பசுமை மீதான பேரன்பை வெளிப்படுத்துகிறது.

ஒரு மொழியின் வளர்ச்சி என்பது கற்பனைப் புனைவு களால் கட்டமைக்கப்படும் கதைகளால் மட்டும் தீர்மானிக்கப்படாது. அந்த மொழியில் உருவாகும் அறிவியல் படைப்புகளே மொழியின் மேம்பாட்டை அடுத்த உயரத்திற்கு அழைத்துச் செல்லும். சிறந்த அறிவியல் இலக்கியத்தை நம் தாய்மொழிக்குக் கொடுத்த வகையில் தமிழ்த் தொண்டாற்றும் சிறப்பையும் ஆசிரியர் பெறுகிறார்.

1350 கோடி ஆண்டுகளுக்கு முன்னர் இப்பேருலகில் பருப்பொருள்கள் உருவாகி இயற்பியல் பண்புகளும் வேதி யியல் பொருட்களும் வடிவமைந்து 450 கோடிகள் ஆண்டு களுக்கு முன்னர் புலிக்கோள் உருவாகியுள்ளது. இந்தக் கோளில் நீர் உருவான காலத்திற்குப் பிறகே உயிரினங்கள் தோன்ற வரலாறு வழி செய்துள்ளது. எனவே நீரின் தேவையை நாம் எளிதில் உணரலாம். இந்த நீர் வரலாற்றையும் அதை நிலைப்படுத்தி எதிர்கால தலைமுறைக்கு ஒப்படைக்க வேண்டிய பொறுப்புணர்வையும் தனக்கான நடையில் ஆசிரியர் எழுதியுள்ளார்.

தற்போது பேசப்படும் நதிநீர் இணைப்பு என்பது லட்சம் கோடிகளைக் கடந்த செலவினத்தைத் தரக்கூடியது மட்டுமின்றி, இயற்கை உருவாக்கிய ஆற்று வழித்தடங்களைப் பாலைவனமாக்கும் முயற்சியாகவும் மாறிவிடக் கூடும். எனவே நதிநீர் இணைப்புக்கு மாற்றுத் திட்டமான இயற்கை வழிமுறைகளை நெறிகாட்டுகிற ஆசிரியரின் கடமையுணர்ச்சி மெய்சிலிர்க்க வைக்கிறது. இந்தப் புத்தகத்தைப் படிக்கிற போது எனக்கு ஏற்பட்ட அறிவியல் சுற்றுப்பயண உள்ளக்களிப்பு உங்களுக்கும் ஏற்படும். படியுங்கள்.

குடியாத்தம்.
08.09.2020

அன்புடன்
செந்தமிழ் சரவணன்,
ஒருங்கிணைப்பாளர், நம் பசுமை இந்தியா

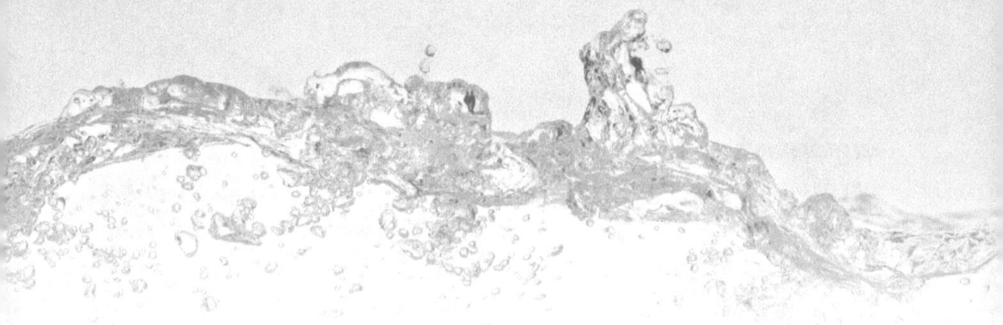

முன்னுரை

நீர் ஒரு விலைமதிப்பற்ற வளம்

நீர் பற்றிய புத்தகத்தின் தேவையையும், ஆசிரியர் அனு பவங்களும் கடின உழைப்பும் எவ்வாறு விளக்கக் காட்சியின் வடிவத்தில் பிரதிபலித்தன என்பதை முன்வைப்பதில் நான் மகிழ்ச்சியடைகிறேன்.

நீர்வள அமைப்புகளான ஆறுகள், ஏரிகள் போன்றவை, பல நூற்றாண்டுகளாக மக்களுக்கும் அவர்களின் பொருளாதாரங்களுக்கும் பயனளித்துள்ளன. அத்தகைய நீர்வள அமைப்புகளின் பயன்கள் ஏராளம். ஆயினும்கூட உலகின் பல பகுதிகளில் அவற்றால் அடிப்படை குடிநீர் மற்றும் சுகாதாரத் தேவைகளை கூட பூர்த்தி செய்ய முடியவில்லை. நாடு முழுவதும் அண்மையில் நீர்நிலைகள் சேதமடைந்ததற்கு நாம் அனைவரும் பொறுப்பாவோம். இது நீரின் தரத்தை பாதித்தது. அனைத்தையும் மனதில் வைத்து, ஆசிரியர் நீரின் அடிப்படை நிலைகளை வெளிப்படுத்தியுள்ளார். மேலும், எதிர்காலத்தில் தெளிவான நீரை திரும்பப் பெறுவதற்கான செயல் திட்டத்தை பரிந்துரைத்துள்ளார்.

நீர் பாதுகாப்பு, எளிய மற்றும் நீரின் தேவையை குறைக்க மிகவும் அவசியமான கருவி. குடிப்பதற்கும்,

கழுவுவதற்கும், சமைப்பதற்கும், சரியான சுகாதாரத்தை பராமரிப்பதற்கும் ஐக்கிய நாடுகள் சபை பரிந்துரைத்த நீரின் அளவு ஒரு நாளைக்கு ஒரு நபருக்கு குறைந்தபட்சம் 50 லிட்டர் ஆகும். தண்ணீரைப் பாதுகாப்பதற்கான யோசனைகளை ஆசிரியர் பரிந்துரைத்துள்ளார். இந்த யோசனைகளை அனைத்து வாசகர்களும் செயல் படுத்திடவும், நீர் சேமிப்புப் பழக்கத்தை மேற்கொள்ளவும் பரிந்துரைக்கிறேன்.

"உங்களிடம் தண்ணீர் இருந்தால், எதிர்காலத்தைப் பற்றி நீங்கள் சிந்திக்கலாம்".

நீரின் முக்கியத்துவத்தை அறிந்துகொள்வதற்கும், அடுத்த தலைமுறை சமுதாயத்திற்கு தண்ணீரைத் திறம்பட பயன்படுத்துவதற்கும் மறுசுழற்சி செய்வதற்கும் அனைவரும் ஒன்றிணைவோம்.

சினேகமுடன்,

டாக்டர் எல்.ரமேஷ்

தலைவர்-பசுமை பொறியாளர்களின் நிறுவனம் (IGEN)
டீன்-டாக்டர் எம்.ஜி.ஆர் கல்வி மற்றும் ஆராய்ச்சி நிறுவனம்

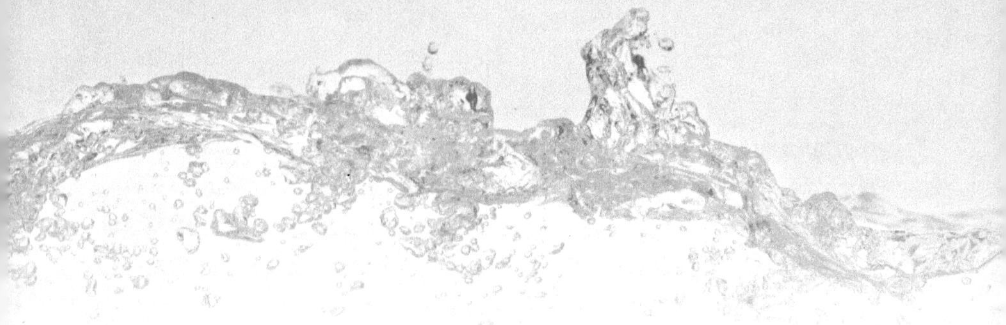

வாழ்த்துரை

இயற்கையின் கொடை, தண்ணீர். தண்ணீர் உயிரினங்கள் அனைத்தும் வாழ இன்றியமையாதது. அத்தகைய நீரானது, மழை மேகங்களாக சேகரிக்கப்பட்டு மலை களிலுள்ள காடுகள், மரங்களால் ஈர்க்கப்பட்டு மழைத் துளியாய் பூமியை வந்தடைகின்றது. மழைத்துளிகள் புல்கள், மரங்களால் உறிஞ்சப்பட்டு, காலநிலைக்கு ஏற்ப கொஞ்சம் கொஞ்சமாய் நீரை வெளியேற்றுகின்றது. வெளியேறும் நீர்த்துளிகள் ஒன்றுசேர்ந்து சின்ன சின்ன சிற்றோடைகளாகவும், நீர் வீழ்ச்சிகளாகவும், ஆறுகளாகவும், உருவாகி, குளம், குட்டை ஏரி, ஊரணி, கண்மாய் என அனைத்து நீர்நிலைகளையும் நிரப்பி இறுதியில் கடலில் சரணடைகின்றது.

இதில் மரங்கள் நீரை பெற்றுதருவதில் முக்கிய பங்கு வகிக்கிறது. மரங்கள் இல்லையேல் மழை இல்லை. இதன் அடிப்படையில் தான் மரம் வளர்ப்போம் மழை பெறுவோம் என்ற பழமொழி நம்மிடையே உலாவுகின்றது. இத்தகைய நீர் யாருக்கு சொந்தமென்றால் மனிதனுக்கு மட்டும் இல்லை ஏனைய மரம், செடி, விலங்குகள் என அனைத்து உயிரினங்களும்தான். ஆகவே தான் தரைக்கு மேலுள்ள நீரானது மனிதன், விலங்குகள், பறவைகள்,

மற்றும் பாலூட்டிகளுக்கு எனவும் தரைக்கு கீழேயுள்ள நீரானது வேர்களை கொண்டு நீரை உறிஞ்சும், செடி, கொடி, மரத்திற்கு சொந்தம் என்னும் கூற்றானது உரத்தக் குரலோடு ஒலிக்கிறது. மின்சாரத்தை பயன்படுத்திப் பூமிக்கு கீழேயுள்ள நீரை உறிஞ்சும் மின்மோட்டார்களைப் பயன்படுத்துவது தவறு என்பதை சுட்டிக்காட்டுவதோடு நீர் மேலாண்மையையும் எடுத்துரைக்கின்றது.

நீர் மேலாண்மை என்பது நவீன காலத்திற்கு முக்கிய மானது. நமது முன்னோர்கள் நீரை குளம், குட்டை, ஊரணி, ஏரி என சேகரித்துவைத்து அதனைக் கொண்டு விவசாயம், மற்றும் இதர தேவைகளுக்கு பயன்படுத்தினர். ஆனால் நாம் அத்தகைய விலைமதிப்பற்ற நீரை சேகரிக்காமல், பூமியின் அடியில் இருக்கும் நீரை விரையம் செய்கின்றோம். இதனால் மிகப்பெரிய தண்ணீர்பஞ்சம் ஏற்படப்போகும் அபாய நிலையை சுட்டிக்காட்டுவதோடு மட்டுமில்லாமல் அதனை சேகரிக்கும் வழியை விளக்கு கின்றது. உதாரணமாக வீடுகளில் மழைநீர் சேகரிப்பு, வயல்களில் கிணறுசேமிப்பு குழி, தொழிற்சாலைகளில் ஒரு பகுதியில் அவற்றிற்கு தேவையான மழைநீரை சேகரித்தல், மேலும் நீரை மறுசுழற்சி செய்தல். ஆக நீர் மேலாண்மை பகுதியானது உரிமையோடு நீரை செலவு செய்யும் மனிதர்கள் அதனை சேமிக்க வேண்டும், என்ற ஆழமான கருத்தை பதிவுசெய்கின்றது.

நாம் குடிக்கும் நீர் பருக உகந்ததா, அல்லது எத்தகைய நீரை நாம் குடிக்க வேண்டும். நாம் கிணற்று நீரை பருகலாமா அல்லது ஏன் கூடாது. ஆற்றுநீரை குடிக்கவேண்டுமென்றால் அதிலுள்ள மாசுக்கள் கிருமிகள் நுண்ணுயிரிகளை நீக்குவது எப்படி, என விளக்குவதோடு, குறிப்பாகத் தமிழர்கள் மாசுகலந்த நீரை எப்படி வெவ்வேறு முறைகளைக் கொண்டு எப்படி சீராக்கினார்கள் என்று சொல்வது, தமிழர்கள் நீரை கையாண்ட விதத்தை

எண்ணி பெருமையுடைய செய்கின்றது. எளிய முறையில் நீரில் கலந்துள்ள மாசுக்கள் அவற்றினால் ஏற்படும் பின்விளைவுகள் மற்றும் நீரின் மூலம் பரவும் நோய்கள், அதனைக் கட்டுப்படுத்தும், வழிமுறைகள் என விளக்கும் இப்பகுதியானது எளியோர்க்கு ஏற்ற எளிமையான அறிவியல் விளக்கமாக அமைந்துள்ளது. நீர் என்றால் என்ன, நீரின் மூலக்கூறுகள் யாவை, நீரின் தன்மை என்ன, என தொடங்கி நீரால் எந்த ஒரு பொருளையும் கரைக்கமுடியும் என்றும், குறிப்பாக சல்ப்பேட் அதிகமுள்ள நீர் கான்கிரீட் கட்டடத்தையும் எளிதாக கரைக்கும் என்பது வியப்பாக இருக்கின்றது. தண்ணீரில் கட்டி முடிக்கப்பட்ட கட்டிடத்துக்கு இது ஒரு சவாலாகியுள்ளது. மேலும் நீரை ஆய்வகத்தில் செயற்கையாய் உருவாக்கமுடியும் என்று அறிவியலில் மனிதன் முன்னேறிய நிலையை கண்டு வியப்படைய செய்கிறது. ஆனால் அதன் மூலம் உருவாக்கும் ஒரு லிட்டர் நீரின் விலை ரூ.280 என்பது, இதனால் அதிக பொருள் செலவு, பணம் செலவு ஏற்படும் என்பதோடு மட்டுமில்லாமல் இயற்கையில் கிடைக்கும் நீரை சேமிப்பது மேல் என்ற சமூக சிந்தனையை தூண்டுகிறது. ஆக இந்த நூலானது எளிய முறையில் இனிய தமிழில் எளியோர்க்கும் நீரை பற்றி அறிவியல் கலந்த சமூக பார்வையை காண வழிவகை செய்கின்றது; சமூகத்திற்கான ஆர்வத்தை தூண்டுகின்றது.

படைப்பு என்பது சமூகத்தை முன்னேற்ற வேண்டும். வரும் தலைமுறையினருக்கு அவர்தம் வாழ்க்கைக்கு வழிகாட்ட வேண்டும். எளிய மக்களுக்கு புரிய வேண்டும். இளம் தலைமுறையினருக்கு செய்திகள் ஆழமாய் சென்று சேர வேண்டும். மக்கள் மனநிலையில் மாற்றம் வேண்டும். நல்லெண்ணங்கள் நீரோட்டமாய் எழுந்து மக்கள் மழைநீரைச் சேகரிக்க வேண்டும். அதிக மரம் வளர்க்க வேண்டும்; அதனால் பொழியும் மழைநீரைக்கொண்டு

நீர் வளத்தை அதிகப்படுத்த வேண்டும் என்ற உயர்ந்த எண்ணம் கொண்ட இப்புத்தக ஆசிரியர், இதுபோன்று பல புத்தகங்கள் படைக்க வேண்டும் என்று மனதார வாழ்த்துகிறேன். மண்வளத்தையும், நீர்வளத்தையும் பெருக்கி தமிழகத்தை, தண்ணீரில் தன்னிறைவு அடைந்த மாநிலமாக மாற்ற நினைக்கும் அவர்தம் உயர் எண்ணம் வெற்றியடைய வாழ்த்துகிறேன்.

– பேராசிரியர் ஏசு சுரேஷ் ராஜ்

என்னுரை

இந்திய துணைக்கண்டத்தைப் போன்று வேறு எந்த நாடும், பெருகிவரும் மக்கள் தொகைக்கு ஏற்ப உணவையும், நீரையும் பகிர்ந்தளிக்க வேண்டிய அழுத்தத்தில் இல்லை. ஓர் ஆண்டில் *300 – 330* நாட்களுக்கு சூரிய வெப்பம் உள்ளது. ஆண்டு சராசரியாக, *950* மி.மீ. அளவுக்கு மழை உள்ளது. பெரிய ஆறுகளைக் கொண்ட வட இந்தியப் பகுதியும், ஏராளமான ஏரிகளைக் கொண்ட தென் இந்தியாவும், குறிப்பாக தமிழ்நாடும் தன் மக்களுக்கு குடிநீரையும், பாசன நீரையும் தரத்தக்க இயற்கை வளத்தோடுதான் உள்ளது. இயற்கையின் கொடையை சீராகப் பகிர்ந்துக் கொண்டு, அறிவியல் துணைகொண்டு, நீரை மறு சீராக்கம் செய்து பயன்படுத்தினால் தமிழ் நாடு நீர்மிகை மாநிலமாகத் திகழும் என்பதில் ஐயமில்லை.

கடற்கரை மாநகரான சென்னையில் *100* மீ. ஆழத்துக்கு, ஆழ்துளை கிணறு வெட்டுவதால், கடல் நீர் உட்புகுந்து, நிலப்பகுதி விரைந்து உவர் நிலமாக மாறிவருகிறது. தமிழ் நாட்டின் பலப் பகுதிகளில் *400* மீ.–*500* மீ. ஆழத்துக்குத் துளையிட்டு, குடிநீரையும், பாசன நீரையும் பெறும் அவல நிலை உள்ளது.

இந்த நிலையை மாற்ற தேவையான, செயல்திட்டங்களை முன்வைப்பதுதான் இந்த நூலின் நோக்கம்.

இந்நூலாக்கத்துக்கு தங்கள் பங்களிப்பை தந்த அனை வருக்கும் நன்றி.

ஆசிரியர், திருமதி நிர்மலாசுந்தர், M.Sc., MEd.

முனைவர் இ.ஜெ. சுந்தர், M.A., M.Ed, Ph.D., தமிழ்த்துறை தலைவர்(பணி நிறைவு),

ஆசிரியர். மன்னர் மன்னன், M.A., B.Ed., MBA

பேராசிரியர். ஏசு சுரேஷ் ராஜ், MSW, M.Phil., Ph.D., குருநானக் கல்லூரி, சென்னை.

வேதியிலாளர் மு. சக்கையா, B.Sc., தமிழ் நாடு மின்சார வாரியம் (பணி நிறைவு),

பேராசிரியர் பானுரேகா, M.A., M.Phil., ஸ்ரீகிருஷ்ணா ஆர்ட்ஸ்–சயின்ஸ் காலேஜ், காஞ்சீபுரம்.

முனைவர் இரமேஷ், M.Tech., MBA, Ph.D., டீன், டாக்டர் எம்ஜிஆர் பல்கலைக்கழகம், இயக்குநர் IGEN.

பொறிஞர் அ. ஜான், B.Sc., B.E. மேலாளர், சென்னை பெட்ரோலியம் கார்பொரேஷன்.

ஆனந்தகுமார் செல்வராஜ், MSW, B,Ed., இணை இயக்குனர், திட்டங்கள், புதுச்சேரி அரசு, போன்றோர் நல்லத் தமிழில் இந்நூலைக் கொண்டுவர உதவினார்கள்.

கடந்த 28 ஆண்டுகளாக, நண்பராக, இலக்கியத்துறையில் என்னைத் தொடர்ந்து உற்சாகப்படுத்தி வரும் தமிழ் இயலன், நான் ஓர் ஐ.ஏ.எஸ். நிறுவனத்தின் இயக்குநர் அவர்களுக்கு மனம் நிறைந்த நன்றிகள். 25 ஆண்டுகளுக்கு முன் தண்ணீர் பற்றி நூலெழுத முற்பட்டபோது,

ஆர்வத்தோடு உதவிய நண்பர் வி. காந்திலெனின் (இன்றைய தன்னம்பிக்கை பேச்சாளர்), அவர்களுக்கு நன்றி. நண்பர் பாலமுருகன், முனைவர்(மின்னியல்), நண்பர் கோகுல், இந்திய விண்வெளி ஆராய்ச்சி நிறுவனத்தின் திட்டமேலாளர், போன்றோரின் உற்சாக மான செயல்கள் இந்நூலின் பொருளடக்கத்தில் முக்கியப் பங்காற்றியுள்ளன. நம் பசுமை இந்தியா அமைப்பின் ஒருங்கிணைப்பாளர் திரு. செந்தமிழ் சரவணன் அவர்கள், பேச்சினூடே, ‘மரங்களுக்குத்தான் வேர்கள் உண்டு; மனிதர்களுக்கு இல்லை’ என்றார். இந்தச் சொல்தான் இயல் *5*–ஐ செழுமையாக்கியது. அன்னாருக்கு நன்றிகள்.

இந்நூலினை, ஐக்கிய நாடுகளின் SDG6-க்கானதங்கள் செயல்பாட்டிற்கான வழிகாட்டியாக, பசுமை பொறியாளர் களின் நிறுவனம்(IGEN) ஏற்றுக் கொண்டுள்ளது. அவர்களுக்கு என்னுடைய நன்றிகள். அட்டைப்பட வடிவமைப்பு, நூல் வடிவமைப்பில் உதவிய நண்பர் சு. கதிரவன் அவர்களுக்கும் என் நன்றி.

– அ. பீட்டர் ராசன்

9486158202

சான்றோர்த்தளமும் பசுமை பொறியாளர்களின் நிறுவனமும் (IGEN) இணைந்து வழங்கும் அறைகூவல்

(தனி மனிதர்களும், அமைப்புகளும், நிறுவனங்களும் கலந்துக்கொள்ளலாம்)

தனி மனிதர் தமது வீட்டில் நீரைப் பயன்படுத்தும் முறைகளில் சிறிய மாற்றங்களைக் மேற்கொள்வதன் மூலம், ஊராட்சி, நகராட்சி மட்டத்தில் குறிப்பிடத்தக்க சேமிப்பைக் கொண்டுவர முடியும் என்ற “நீர் பாதுகாப்பு” விழிப்புணர்வை அனைவருக்கும் உணர்த்துவது முக்கியம். பொதுவான நீர் பாதுகாப்பு விளம்பரங்கள், நீர் பற்றாக்குறையை சமாளிப்பதற்கும், நன்னீர் தொடர்ந்து கிடைக்கும் என்ற நீடித்த தன்மையை உறுதி செய்வதற்கும், தண்ணீர் சேமிப்பு இன்றியமையாதது என்றக் கருத்தை சமூகத்தின் அனைத்து மட்டங்களிலும் ஏற்படுத்துகின்ற விழிப்புணர்வை தருவன. நீர் பயன்பாட்டு செயல்திறனை மேம்படுத்த குடிமக்களின் அணுகுமுறைகளையும் நடத்தையையும் மாற்றுவதே இதன் நோக்கம்.

பசுமை பொறியாளர்களின் நிறுவனம்(IGEN) அறைகூவல்:

ஐக்கிய நாடுகள் (United Nations) அவையின் நீடித்த நிலையான வளர்ச்சி (The Sustainable Development Goals (SDGs) அறைகூவலின் நோக்கம் இந்த புத்தகத்தின் வாசகர்களுக்கு தொடங்குவதற்கான வாய்ப்பை வழங்குவதாகும். புத்தக வாசிப்பை முடித்த நாளிலிருந்து தண்ணீரைச் சேமிப்பதற்கும், மறுசுழற்சி செய்வதற்கும் செய்யப்படும் சிறிய முயற்சி.

நான் தயார்? அறைகூவலை ஏற்க நான் என்ன செய்ய வேண்டும்?

1. அறைகூவலின் தலைப்பைத் தீர்மாணித்துக் கொண்டு, அறைகூவலை எவ்வாறு அடையப் போகிறீர்கள் என்று ஒரு பக்க செயல் திட்டத்தை எழுதுங்கள்.

2. பதிவு செய்யுங்கள் @ www.theigen.org அல்லது www.sandrorethalam.org

3. எங்கள் குழு உங்களை நீர் அறைகூவல் (IGEN WATER CHALLENGE) குழுவில் இணைத்து, பரப்புரையை/ விளம்பரத்தைத் தொடங்க அதிகாரப்பூர்வ அறிவிப்பு உத்தரவை உங்களுக்கு வழங்கும்.

4. IGEN சமூக ஊடகங்களில் அறைகூவலைத் தொடங்கவும் புதுப்பிக்கவும்.

5. அறைகூவலை முடித்து, IGEN-GREY2 SDG 6 CONTRIBUTOR AWARDஐப் பெறுங்கள்.

6. விருது வென்றவர்களை பத்மஸ்ரீ விருது பெற்றவர் பாராட்டுவார்.

அறைகூவலைத் தொடங்கவும், ஐக்கிய நாடுகளின் நிலையான வளர்ச்சி இலக்கு 6–க்கு பங்களிக்கவும், புத்த

கத்தின் அனைத்து வாசகர்களையும், அழைப்பதில் நாங்கள் மிகவும் மகிழ்ச்சியடைகிறோம்.

ஐயங்களை தீர்த்துக்கொள்ள, தொடர்பு கொள்ள வேண்டிய செல்லிடப்பேசி: *7305858932*

இந்த அறைகூவலை சான்றோர்த்தளத்துடன் இணைந்து பசுமை பொறியாளர்களின் நிறுவனம் (IGEN) ஏற்பாடு செய்துள்ளது.

நாம் புவி அன்னையை நேசிக்கிறோம்.

சான்றோர்த்தளமும் பசுமை பொறியாளர்களின்
நிறுவனம் இணைந்தக் குழு.

IGEN WATER CHALLENGE

an initiative of IGEN-GREY and SANDRORETHALAM

Raising water conservation awareness is important as the combined impact of even small improvements in individual household use can amount to significant savings at a municipality or regional level.

Public water conservation campaigns raise awareness in all levels of society about the importance of saving water to cope with its scarcity and ensure sustainability.

The aim is to change citizen attitudes and behavior to improve water use efficiency.

IGEN WATER CHALLENGE : Contribution towards UN SDG6 - The objective of IGEN Water Challenge is to provide opportunity for the readers of this book to start, small initiative to save water from the day he/she complete the reading of book.

I am ready? What I need to do to start the Challenge?

1. Plan and get ready with the title of the challenge, you are going to start with one page action plan, how you are going to achieve the challenge.

2. Register @ www.theigen.org <http://www.theigen.org> or www.sandrorethalam.org

3. Our team will connect you in IGEN WATER CHALLENGE group and provide you the official declaration order to start the campaign.

4. Start the challenge and update in the IGEN social media.

5. Complete the Challenge and receive the IGEN-GREY2 SDG 6 CONTRIBUTOR AWARD.

6. The Award winners will be felicitated by the Padmashree Award winner.

We are very happy to invite all the readers of the Book to start the Challenge and contribute to United Nation Sustainable Development Goal 6.

Any queries to be communicated @ 7305858932

The Challenge is organized by The Institution of Green Engineers (IGEN) in association with Sandrorethalam.

We Care Mother Earth

TEAM IGEN & SANDRORETHALAM

பொருளடக்கம்

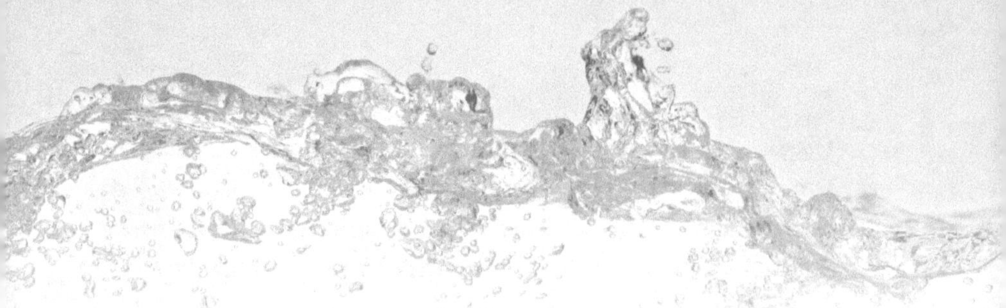

இயல் – 1

நீர் என்பது என்ன?

நீர்இன்று அமையாது உலகெனின் யார்யார்க்கும்
வான்இன்று அமையாது ஒழுக்கு. (குறள்: 20)

மு. வரதராசனார் உரை:

எப்படிப்பட்டவர்க்கும் நீர் இல்லாமல் உலக வாழ்க்கை நடைபெறாது என்றால் மழை இல்லையானால் ஒழுக்கமும் நிலைபெறாமல் போகும்

கலைஞர் உரை:

உலகில் மழையே இல்லையென்றால் ஒழுக்கமே கெடக் கூடும் என்ற நிலை இருப்பதால், நீரின் இன்றியமையாமையை உணர்ந்து செயல்பட வேண்டும்.

உலகில் மழையே இல்லையென்றால் ஒட்டுமொத்த உலகத்தின் சீர்மையும் கெடக்கூடும் என்ற பொருளில், உரை ஆசிரியர்கள், உரை எழுதி உள்ளார்கள். ஆனால், வள்ளுவர் வேறு ஒரு பரிமாணத்தில் இக்குறளை எழுதியிருக்க வேண்டும் என்றே தோன்றுகின்றது. புவியியல் அறிஞர் முனைவர் அண்ணாமலை மகிழ்நன் கூறுவது போன்று, ‘அமைதல்’ என்ற சொல்லுக்கு, ‘அமைத்தல்’, ‘உருவாக்குதல்’ எனவும் பொருள்கொள்ள இயலும்.

இந்தப் புவியின் அடிப்படை அமைப்பை, அதன் சூழலை, நிலங்களின் பாகுபாட்டை, அவற்றின் பயன்பாட்டை, உயிரினங்களின் தன்மையையும், அவற்றின் வாழ்க்கை முறையையும் தீர்மாணிப்பது தண்ணீரே.

மலைகளும், மலை சரிவுகளும், காடுகளும், பள்ளத் தாக்குகளும், அந்தப் பள்ளத்தாக்குகளில் விழுந்து எழும் அருவிகளும், ஆறுகளும், ஆற்றுப் படுகைகளும், ஆற்றுப் படுகைகளை ஒட்டிய வயல்களும், வயல்களின் விளைச்சலும் தண்ணீரால் தீர்மாணிக்கப்படுகிறது.

பறவைகளின் பயணப்போக்கும், விலங்குகளின் இனப் பெருக்கமும், தாவரங்களின் வளர்ச்சியும், தளர்ச்சியும் நீரை சார்ந்தே உள்ளது.

இதனைத்தான் வள்ளுவர், 'நீர்இன்று அமையாது உலகு' என்று சொல்லியிருக்க வேண்டும். 'மாமழைப் போற்றுதும், மாமழைப்போற்றுதும், நாமநீர் வேலியுலகிற்கு அவனளி போல்' என்று இளங்கோ அடிகள் பாடுவதும் இக்கருத்தில் தான்.

நீர், நிலம், நெருப்பு, வளி (காற்று), விசும்பு (வானம்) என ஐந்திறங்களையும்*, விவரிக்கும் சங்கப் பாடல்கள் பல இருக்கின்றன. உலகத்திலுள்ள அனைத்து உயிரினங் களின் வாழ்விற்கும் அச்சாணியாக உள்ள தண்ணீரை பற்றிய பரந்த, ஆழ்ந்த அறிவு நமக்கு சங்ககாலம் தொட்டே உள்ளது.

பன்னெடுங்காலம் தொட்டு, இன்று வரை, தொடர்ந்த இலக்கிய அறிவு நமக்கு இருந்துள்ளது. நமது வணிகத்துடன் கூடிய அறிவு பரிமாற்றம், கிரேக்கரோடும், உரோமையரோடும், ஆயிரக்கணக்கான ஆண்டுகளாய் தொடர்ந்து வந்துள்ளது. தமிழர்கள் பொதுவாக கடலோடிகளாக விளங்கியிருந்தனர். தமிழகத்தின் பல துறைமுகப்பட்டினங்கள் வழியாக மேலை நாட்டிலிருந்து வணிகர்கள் பலர் வந்துள்ளனர். அதே போன்று தமிழகத்திலிருந்து மத்திய தரைக்கடல் நாடுகளுக்கும், கிழக்காசிய நாடுகளுக்கும் தமிழ் வணிகர்கள் பலர் குழுக்களாகச் சென்றுள்ளனர். மதுரையை ஆண்ட பாண்டியர்கள் தங்களை கடலோடிகளாகவே கருதினர். அவர்களது மீன் சின்னம் அதனைப் புலப்படுத்தும்.

மேலும் மதுரைக்கருகிலுள்ள மாங்குளம் என்ற இடத்தில் கிடைத்துள்ள, கிறித்து பிறப்புக்கு முன், 6–ம் நூற்றாண்டைச் சார்ந்த தமிழகக் கல்வெட்டில் – கடலன் வழுதி நெடுஞ்செழியன் – என்ற பெயர், பாண்டியர்கள் கடலை அடிப்படையாகக் கொண்ட, வணிக உறவை வளர்த்துக் கொண்டனர் என்பதை சுட்டுகிறது.

சங்க இலக்கியங்களில், தமிழர்களின் கடல் வணிகம் பெரிதும் சொல்லப்படுகிறது. மத்திய தரைக்கடல் நாடுகளுக்கு, மேற்குக் கடற்கரையில் இருந்த முசிறி துறைமுகம் வழியாக தமிழ் வணிகர்கள் சென்றுள்ளனர். அதேபோன்று அந்நாடுகளிலிருந்து பல அயலக வணிகர்கள் தமிழகத்திற்கு வந்துள்ளனர்.

ஐக்கிய நாட்டின் அவையில் இடம் பெற்றுள்ளதும், உலகமே வியக்கும் வண்ணம் இன்றளவும் பேசப்படுவதுமான, கணியன் பூங்குன்றனாரின் - யாதும் ஊரே யாவரும் கேளிர்- என்ற புறநானூற்றுப் பாடல் பாடிய இடம் சேரர்களின் தலைநகரமான முசிறித் துறைமுகமாகும்.

"நெடுநுகத்துப் பகல் போல
நடுவுநின்ற நன்நெஞ்சினோர்
வடுவஞ்சி வாய்மொழிந்து
தமவும் பிறவும் மொப்பநாடிக்
கொள்வதூஉ மிகைகொள்ளாது
கொடுப்பதூங் குறைபடாது
பல்பண்டம் பகர்ந்து வீசும்"

என்று நன்னெறி வணிகர்கள்தம் பணியை 'பட்டினப் பாலை' புகழ்ந்துக் கூறுகிறது. யானர் என்ற சொல்லிலிருந்து பிறந்தது யவனர். யானர் என்றால் புதியவர் என்பது பொருள். எனவே தமிழகத்திற்கு வந்த மேலை நாட்டினரை யவனர் என சங்க இலக்கியங்கள் சுட்டும்.

தமிழகத்தின் கிழக்குக் கடற்கரையில் அமைந்துள்ள வசவ சமுத்திரம், அரிக்கமேடு, அழகன் குளம் ஆகிய துறைமுகங் களில் சங்க காலத்தில் யவனர்கள் வந்து தங்கியிருந்தமைக்கான சான்றுகள் மிகுந்த அளவில் கிடைக்கின்றன.

மேலை மற்றும் கீழை நாடுகளுடன் தமிழகம் சிறந்த வணிக உறவையும், அரசியல் உறவையும் கொண்டிருந்தது. இரண்டாயிரத்து ஐநூறு ஆண்டுகளுக்கும் முன்பாகவே உலகை கடல் வழியாகச் சுற்றி வந்தவர்கள் தமிழர்கள்.

கடலை வணிகத்துக்கும், ஆறுகளையும், ஏரிகளையும் வேளாண்மைக்கும் தமிழர்கள் பயன்படுத்தியதை பல்வேறு இலக்கிய சான்றுகள் மூலம் அறியலாம்.

கரிகாலனின் கல்லணை குறித்து எப்போதும் பெருமிதம் கொள்கிறோம். கல்லணை. சூழலுக்கு அதிகம் தீங்கிழைக் காமல், கல், மண் மற்றும் களிமண் கொண்டு கட்டப்பட்டது. அதனால்தான், இந்திய நீர்ப் பாசனத்தின் தந்தை என்று அழைக்கப்படும் சர் ஆர்தர் காட்டன், கல்லணையின் பொறியியலை கண்டு வியந்து கல்லணைக்கு 'கிராண்ட் அணைகட்' என்று பெயர் சூட்டினார்.

பிற்காலச் சோழர்கள் நாகப்பட்டினம் முதல் கேரள மாநிலம் கோழிக்கோடு வரை உருவாக்கிய பாதை ராஜகேசரி பெருவழி என்று அழைக்கப்பட்டது. இந்த பெருவழியின் பக்கமாக, ஏராளமான ஏரிகள் வெட்டப்பட்டு இருக்கிறது. இந்த ஏரிகள்தான் நொய்யலாற்றின் உயிர்நாடி. பின்னாளில் இங்கு வந்த ஐரோப்பியர், நமது நீர் மேலாண்மை கண்டு வியந்ததும், அவர்களே மேட்டூர் அணை, முல்லைப் பெரியாறு அணைகளைக் கட்டித் தந்ததும் வரலாறு.

தண்ணீர் குறித்த தகுந்த அறிவு கொண்ட மனித வர லாற்றில், தண்ணீர் பற்றாக்குறையும் தொடர்ந்தே வருகிறது. மனித இனத்தின் இத்தகைய அறிவு வளர்ச்சிக்குப்பின்னும், ஐக்கிய நாடுகள் அவையின், 2020 ஆம் ஆண்டு அறிக்கைப்படி, தற்போது 2.2 பில்லியன்(220 கோடி) மக்களுக்கு பாதுகாப்பான குடிநீருக்கான வாய்ப்பு இல்லை, மேலும் 4.2 பில்லியன் அல்லது உலக மக்கள் தொகையில் 55% பேர் பாதுகாப்பாக நிர்வகிக்கப்படும் சுகாதாரம் இல்லாமல் உள்ளனர். கடந்த நூற்றாண்டில் நீரின் பயன்பாடு ஆறு மடங்கு அதிகரித்துள்ளது. மேலும் ஆண்டுக்கு 1% அதிகரித்து வருகிறது. எவ்வாறாயினும், காலநிலை மாற்றமும் அதன் தீவிர நிகழ்வுகளினால் அதிகரித்துவரும் – புயல்கள், வெள்ளம் மற்றும் வறட்சி ஆகியவை ஏற்கனவே 'நீர் நெருக்கடிக்கு' உள்ளான

நாடுகளின் நிலைமையை மோசமாக்கும். மேலும் கடுமை யாக இல்லாத பகுதிகளில் இதே போன்ற சிக்கல்களை உருவாக்கும் என்று மதிப்பிடப்பட்டுள்ளது. எனவே தண்ணீர் பற்றிய அறிவில் இன்னும் புரிதலும், தெளிதலும் தேவை.

1. நீரைப் பற்றிய புதிய அறிவியல் செய்திகள்

18 ஆம் நூற்றாண்டுக்கு முன்புவரை மனிதசமூகம், நீரை ஒரு தனிமம் என்றே கருதியது. அறிவியலாளர்களால், நீரை எளிய சேர்மங்களாகப் பகுக்க இயலாமையால், அவர்களது கருத்து சரியெனக் கருதப்பட்டது.

1776ஆம் ஆண்டு பி.ஜே. மாக்கர், ப்ரீஸ்ட்லி, யி. வார்ல்டையர் போன்றோர் தற்செயலாக நீரை உருவாக்கினர். சிறுதுளை கொண்ட, பீய்ச்சுக்குழாயின் வாயில் ஒரு வெள்ளை பீங்கான் தட்டை வைத்தார். அமைதியாக எரிந்துக் கொண்டிருந்த ஹைட்ரஜன் நெருப்புடன் தொடர்பிலிருந்த, தட்டின் பகுதியில் மட்டும் நீரைப்போன்று, தெளிந்த நீர்மத்துளிகளால், ஈரமானதைக் கண்டார். ஆம். அது உண்மையில், தூய நீர்தான்! நீரை மிகப் பாதுகாப்பான முறையில், ஆய்வகத்தில் உருவாக்க முடியும். ஆனால், அனைவருக்கும் பயன் படும்வண்ணம் நீரை உற்பத்தி செய்வது மிக சிரமம்.

ஒரு அலகு வளிமண்டல அழுத்தத்தில், நீரை 1000^{0}C வெப்பத்திற்கு, சூடேற்றினாலும் நீரின் மூலக்கூறில், நூறு கோடியில் ஒன்று மட்டுமே ஹைட்ரஜன் அணு மற்றும் ஆக்ஸிஜன் அணுக்களாகப் பிரிகிறது. O-H பிணைப்பாற்றல் ஒரு கிராமுக்கு ஏறக்குறைய 25,780 ஜூல்கள். நீரை அதன் தனிமங்களாகப் பகுப்பதை விட, பனிக்கட்டியை உருக்குவதோ அல்லது நீரை கொதிக்கவைப்பதோ எளிதானது.

1781–ல் ஹெச்.சி. கேவிண்டிஷ் என்பவர், இத்துறையில் தொடர்ந்து, ஆராய்ச்சி செய்து, ஒரு அலகு ஆக்ஸிஜன் (உயிர்வளி), இரு அலகு தீப்பற்றக்கூடிய ஹைட்ரஜன் (நீர் வளி), கலவையை, ஒரு மூடிய கொள்கலத்தில் இட்டு வெடிக்கச் செய்தார். ஹைட்ரஜனும், ஆக்ஸிஜனும் தம் வளிநிலையை இழந்து, ஒரு குறிப்பிட்ட அளவு நீரைக் கொடுத்தன. அவற்றுள் வினைபுரியாத எவ்வளியும் எஞ்சி யிருக்கவில்லை. அக்கொள்கலமும், எந்த மாற்றமும் அடையவில்லை. இதன்மூலம் நீரில் ஆக்ஸிஜனும், ஹைட்ரஜனும் மட்டுமே இருப்பதை கேவிண்டிஷ் கண்டறிந்தார். கொள்ளளவில் இரண்டுக்கு, ஒன்று என்ற விகிதத்தில், அவை ஒன்றிணைந்திருந்தன.

*1800*ஆம் ஆண்டு மே *2*, அன்று டபிள்யூ. நிக்கோல்சனும் ஏ. கார்லிஸிலும் ஒரு மின்கலத்தின், இரு மின்கம்பிகளையும் ஒரு குவளை நீரில் மூழ்கவைத்தனர். இரு மின்கம்பிகளிலும், வளிகள் சேருவதைக் கண்டனர். ஒரு மின்கம்பியில், ஹைட்ரஜனும், மற்றொரு மின்கம்பியில் ஆக்ஸிஜனும் சேர்ந்தன. ஒவ்வொரு கனஅலகு ஆக்ஸிஜனுக்கும், இரு கனஅலகுகள் ஹைட்ரஜன் என அவை சேகரிக்கப்பட்டன. அவற்றை மீண்டும் வினைபுரியச் செய்தபோது, அவை மீண்டும் நீரைக் கொடுத்தன. நீர் மூலக்கூறில், ஓர் ஆக்ஸிஜன் அணுவும், இரு ஹைட்ரஜன் அணுக்களும் இணை வலுப்பிணைப்புடன் கூடியுள்ளன. நீர் என்பது H_2O என்ற வேதிக்குறியீடு கொண்ட ஒரு வேதிப்பொருள் என உறுதி செய்யப்பட்டது.

நாம் வாழும், இயல்பான வெப்பநிலை மற்றும் அழுத் தத்தில், நீர் ஒரு நீர்மம். அது திண்ம வடிவில் பனிக்கட்டி யாகவும், வளிநிலையில் நீராவியாகவும் உலகில் காணப் படுகிறது.

2. நீர் சுழற்சி

நீரானது அதன் மூன்று நிலைகளான நீராவி (வளி), நீர் (நீர்மம்), பனிக்கட்டி/ பனி (திண்மம்) ஆகிய வடிவங்களில் பரந்துள்ளது. இத்தகைய சுழற்சி மாற்றங்களை நீரானது தொடர்ந்து கடந்து வருகின்றது. இந்த நீர் சுழற்சி, இப்புவியில் உள்ள நீரின் மொத்த அளவை, மாறாமல் காத்து வருகிறது.

சங்ககால மக்கள் மழை பொழிவிற்குக் காரணமான நீரியல் சுழற்சி பற்றி நன்கு அறிந்து உள்ளனர்.

“வான் முகந்த நீர் மழை பொழியவும்,
மலைப் பொழிந்த நீர் கடல் பரப்பவும்,
மாரி பெய்யும் பருவம் போல்,
நீரின்றி நிலத்து ஏற்றவும்,
நிலத்தினின்று நீர்ப் பரப்பவும்,
அளந்து அறியாப் பலபண்டம்”

– உருத்திரங்கண்ணனார் (பட்டினப்பாலை)

சங்கப் பாடல்கள் பல நீரியல் சுழற்சி குறித்த செய்தி களை சுட்டுகின்றன. நீர்மக் கோளம், வளிக் கோளம், புறணி (litho sphere) ஆகிய மூன்று ஊடகங்களில் நீர் சுழன்று வருகிறது.

பரந்து விரிந்த கடல் பரப்பிலிருந்து நீர் வளி கோளத் திற்கும், புறணிக்கும் சென்று, அங்கிருந்து கடல்களை அடைவதும், ஒன்றுக்கொன்று, நெருங்கிய தொடர்புடைய செயல்களான மாரிப் பொழிதல், ஓடு நீர், நிலநீர் பாய்வு, நீர் ஆவியாதல், இலைகளின் மூலம் நீர் ஆவியாதல் போன்ற சிக்கலான நிகழ்ச்சிகளை நீர் சுழற்சி என்கிறோம்.

'முழங்கு கடல் முகந்த கமஞ்சூல் மாமழை'

என்ற பாடல் வரி, கடலில் இருந்து நீரை முகந்து தான், மழை பொழியக் கூடிய மேகங்கள் தோன்றின என்று குறிப்பிடுகிறது.

நீரியல் சுழற்சி மூலமாக அறியப்படும் மற்றொரு அறிவியல் உண்மை என்னவென்றால், நீரினை ஆக்கவோ, அழிக்கவோ முடியாது என்பதாகும். நீரினை ஒரு நிலையிலிருந்து மற்றொரு நிலைக்கு மாற்ற முடியுமே, தவிர முற்றிலுமாக அதை அழிக்க முடியாது.

நீரை குளிர்வித்தால், அது பனிக்கட்டியாக மாறும். வெப்பப்படுத்தினால் நீராவியாக மாறும். அந்த பனிக் கட்டியையோ, நீராவியையோ மீண்டும் நீராக மாற்ற முடியும்.

எனவே நீரினை அழிக்க முடியாது. தொடர்ந்து சுழற்சி முறையில் அமையும் ஒரு மூலப் பொருளாக இது விளங்குகிறது. இந்த கருத்தை வலியுறுத்த கூடிய வகையில், வள்ளுவர், ஒரு குறட்பாவில் குறிப்பிடுகிறார்.

"கூறாமை நோக்கிக் குறிப்பறிவான் எஞ்ஞான்றும்
மாறாநீர் வையக்கு அணி"

இங்கு மாறாத நீரானது, உலகிற்கு அழகு என்ற பொருளில் தரப்படுகிறது. மாறாநீர் என்பது என்றும் அளவில் மாறாத நீர் எனப் பொருள் கொள்ளலாம்.

கடல்கள் மற்றும் ஏனைய நீர்த்தேக்கங்களிலுள்ள நீரை, சூரிய வெப்பம் ஆவியாக்குகிறது. இந்த ஆவியின் அடர்த்தி காற்றின் அடர்த்தியில் 62% ஆகும். எனவே இது வளிமண்டலத்தின் உயர் அடுக்குகளுக்கு எளிதாக எழும்புகிறது. ஆவி எழும்பி பரவும்போது அதன் வெப்பநிலை குறைகிறது; வளிமண்டலமும் செறிவு நிலையை அடைகிறது.

இந்நிலையில் ஆவியானது, நீர்த்துளிகளாகச் சுருங்கு கிறது. இது காற்றைவிட கனமானதால் அது மழையாகப் பொழிகிறது.

மழைநீர் பாறைகளைச் சிதைத்துப் பிரிக்க உதவுகிறது. அத்துடன் ஆறுகளும் ஓடைகளும் இவற்றைச் சேகரித்து எடுத்துச் செல்கின்றன. ஆறுகள் அவற்றின் பிறப்பிடமான கடலுக்குத் திரும்புகின்றன. கரையத்தக்க பொருள்கள் இறுதியாக கடலில் சேருகின்றன. இந்த முடிவுறா சுழற்சியான நீரியல் சுழற்சி தொடர்கிறது.

அனைத்துவகை உயிரினங்களுக்கும், நீர் இன்றியமை யாதது. புவிப்பரப்பின் 70.9% நீராலானது. புவிப்பரப்பில் நீரானது பெரும்பாலும் பெருங்கடல்களாகவும், பெரும் நீர்நிலைகளாகவும் இருக்கிறது. புவிப்பரப்பில் பெருங் கடல்கள் 97% நீரையும் பனியாறுகள், துருவ உறைபனி ஆகியவை 2.4% நீரையும் ஏனைய ஆறுகள், ஏரிகள், குளங்கள் ஆகியவை 0.6% நீரையும் தேக்கி வைத்துள்ளன, 1.6% நிலத்தடி நீராகவும், 0.001% காற்றில் ஆவியாகவும் காணப்படுகிறது. புவியின் மீதுள்ள உயிரினங்களின் உடல்களிலும், உற்பத்திப் பொருள்களிலும் மிகக்குறைந்த அளவில் நீர் தங்கியுள்ளது.

3. ஹைட்ரஜன் பிணைப்பு

நீரின் இருமுனைத் (bi-polar) தன்மையால், நீரின் மூலக் கூறுகளினிடையேயுள்ள ஹைட்ரஜன் பிணைப்பு, மிகவும் வலுவானதாக உள்ளது. இந்த ஹைட்ரஜன் பிணைப்பின் வலுவானது, நீரின் அனைத்துச் சிறப்புக்கூறுகளுக்கும் காரணமாக விளங்குகிறது. வழக்கமாக, ஒப்பீட்டளவில், மின் ஆற்றலின் இருமுனைத் தாக்கம் குறைவாகவே இருக்கும் மூலக்கூறுகளின், கொதிநிலை அதிகரிகிறது. எடுத்துக்காட்டாக,

HCl → HBr → HI என்ற வரிசையில் கொதிநிலை அதிகரிக்கின்றது. ஆனால் இரு முனை மின் ஆற்றலின் தாக்கம் குறைந்து வருகின்றது.

ஆனால் சிறிய, மிகுந்த எதிர்மின்னாற்றல் கொண்ட அணுக்களுடன் (N, O, F) ஹைட்ரஜன் பிணைக்கப்படும்போது, கொதிநிலையும், காந்த ஆற்றலின் தாக்கமும் அதிகரிக்கிறது. அவற்றின் மூலக்கூற்றுத் திண்மம் (molecular mass) குறைவாக இருந்தபோதும், அவற்றின் கொதிநிலை மிகுதி. வழக்கத்தைவிட வலுவான ஹைட்ரஜன் பிணைப்பு எனப்படும் இருமுனை விசையினாலேயே வழக்கத்தைவிட HF, H_2O, NH_3 முதலியவை உயர் கொதிநிலை கொண்டுள்ளன.

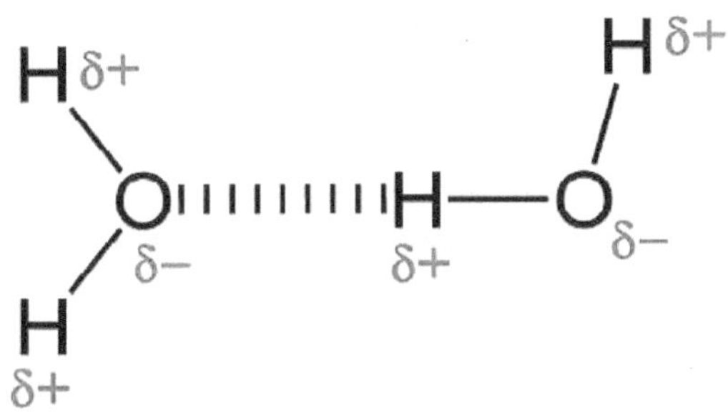

ஹைட்ரஜன் பிணைப்பு

உயர் வெப்பநிலையில் மூலக்கூறுகளினிடையேயுள்ள எல்லாப் பிணைப்புகளும் அழிந்துவிடுகின்றன. வளி நிலையை (gaseous state) அடைந்ததும் மூலக்கூறுகள் தமக்கிடையேயான சார்பு தன்மையிலிருந்து விடுபடுகின்றன. அவை எளிதில் சிதைக்கமுடியாத நிலையில் இயங்குகின்றன.

4. நீரின் தனித்தன்மைகள்

- திண்ம நிலை
- நீர்ம நிலை
- வளி நிலை
- கொதிநிலை மற்றும் உறைநிலை
- புறப்பரப்பு இழுவிசை
- ஆவியாதலின் வெப்பம்
- ஆவியின் அழுத்தம்
- பிசுபிசுப்பு மற்றும் ஒட்டும் தன்மைகள்

நிலைமாற்றங்கள்

பிணைப்புகளை முறிப்பதற்கான ஆற்றல் (Energy to break the bonds), இருந்தால்தான், நிலைமாற்றங்கள் (Phase Changes) ஏற்படும். நீரின் உள்ளுறை (latent heat) வெப்பம் அதிகம். உருகுதலின் உள்ளுறை வெப்பம் கிராமுக்கு - 336 ஜூல்கள், 100^{0}Cல் ஆவியாதலின் உள்ளுறை வெப்பம் கிராமுக்கு 2290 ஜூல்கள் மற்றும் 0^{0}Cல் கிராமுக்கு 2510 ஜூல்கள் ஆகும். நீர் உறையும்போதும், நீராவி குளிரும் போதும் வெப்பம் வெளிவிடப்படுகிறது. ஹைட்ரஜன் பிணைப்பை முறிப்பதற்காக, ஒரு பகுதி ஆற்றல், பயன்படுத்தப்படுவதால் நீரின் வெப்ப ஏற்புத்திறன் அதிகமாக (high heat capacity), உள்ளது. புவியிலுள்ள நீரானது ஆவியாதல், ஆவி குளிர்தல், நிலத்தில் வீழ்தல்,

ஓடிச்சென்று கடலில் கலத்தல் என்னும் சுழற்சியில் தொடர்ந்து சென்றுகொண்டிருக்கிறது. ஆவியாதலும், குளிர்தலும் நீர் மீண்டும், நிலத்தில் வீழ்வதற்குத் துணை செய்கின்றன.

4.1 திண்ம வடிவம் (பனிக்கட்டி)

மற்ற அனைத்துப் பொருள்களிலிருந்தும் வேறுபட்டு, நீரானது குளிரும்போது விரிவடைகிறது. நீர் உட்பட எல்லாப் பொருள்களுமே சூடுபடுத்தப்படும்போது அடர்த்தி குறைவாகவும், குளிர்விக்கப்படும்போது அடர்த்தி அதிகமாகவும் மாறும். எனவே நீரைக் குளிர்விக்கும்போது அது அடர்த்தி மிகுந்து பனிக்கட்டியாக மாறுகிறது, தம் நீர்மத்தில், தாமே திண்ம நிலையாக மிதக்கும் ஒரு சில பொருள்களுள் நீரும் ஒன்று.

4^0C-ஐ அடையும்வரை நீரின் அடர்த்தி தொடர்ந்து மிகுந்து வருகிறது. 4^0C-ஐ அடைந்தவுடன் அதன் அடர்த்தி குறைகிறது. நீர் உறையும்போது ஹைட்ரஜன் பிணைப்பு களை, ஏற்படுத்திக் கொள்ளும்படி நீரின் மூலக்கூறுகள் மெதுவாக நகர்கின்றன. இறுதியில் அவை திறந்த அறுகோண வடிவிலான படிக உருவில் தம்மை வரிசைப் படுத்திக் கொள் கின்றன. படிக வடிவிலான பனிக்கட்டி, ஒவ்வொன்றிலும் ஓர் ஆக்ஸிஜன் அணு, நான்கு ஹைட்ரஜன் அணுக்களுடன் பிணைக்கப் பட்டுள்ளது. அவற்றுள் இரண்டு *0.099* நானோமீட்டர் தொலைவில் வழக்கமான இரு வலுப்பிணைப்புகளால் இணைக்கப் பட்டுள்ளன. மற்ற இரண்டும் *0.177* நானோமீட்டர் தொலைவில் ஹைட்ரஜன் பிணைப்புகளை உருவாக்கு கின்றன. ஹைட்ரஜன் பிணைப்புகள் அதிர்வுகளை அனுமதிக்கின்றன. ஆனால் சுழல் அசைவுகளை அனு மதிப்பதில்லை. அனைத்து மூலக்கூறுகளும் இறுக்கமாகப் பிணைக்கப் பட்டுள்ளன. பனிக்கட்டியானது நீரை விட

அடர்த்தி குறைவானது. ஏனெனில் அதில் அதிக விகிதத்திலான 'வெற்றிடங்கள்' உள்ளன.

4.2 நீர்ம நிலை (நீர்)

திட்ட வெப்ப அழுத்தம் (Standard Temperature and Pressure - STP) என்பது, சுழியம் டிகிரி செல்சியசு வெப்பநிலை மற்றும் 100 கிலோ பாஸ்கல் அழுத்தம் ஆகும். திட்டநிலை வெப்பம் மற்றும் அழுத்தத்தில் நீர்ம நிலையிலுள்ள அனைத்து சேர்மங்களிலும் கரிமம் இருக்கும்.

அறை வெப்பநிலையில் கரிமப் பொருள்கள் (Carbonaceous/Organic Materials) மட்டுமே நீர்ம நிலையில் இருக்கும். கரிமப் பொறுள் அல்லாத நீர், ஒரு நீர்மமாக இருப்பது வழக்கத்திற்கு மாறானது. அறை வெப்ப நிலையில் நீரானது விரைவாக நகரக்கூடிய ஒரு நீர்மமாக உள்ளது. அதனால், அதன் மூலக்கூறுகள் ஒரு சில ஹைட்ரஜன் பிணைப்புகளை உருவாக்குகின்றன. இதன் விளைவாக மூலக்கூறுகள் ஒன்றோடொன்று நெருக்கமாகக் கட்டப்படுகின்றன. நீரின் ஒவ்வொரு மூலக்கூறும் ஏனைய நான்கு மூலக்கூறுகளுடன் இணைந்து நான்முக, முக் கோண வடிவிலான வரிசையை உருவாக்குகின்றது. இருப்பினும் அவை எளிதாக நகர்ந்து செல்வதோடு ஒன்றையொன்று உரசிக்கொண்டும் செல்கின்றன. பனிக்கட்டியின் மொத்த மூலக்கூற்றிடை ஈர்ப்பு விசை வினாடிக்கு ஏறக்குறைய 2780 ஜூல்கள் ஆகும்.

வெப்பநிலை அதிகரிக்கும்போது பிணைப்பு சக்தி குறைகிறது. அநேக மூலக்கூறுகள் பிணைக்கப்பட்டிருந் தாலும் அப்பிணைப்பு நிலையற்றதாக இருப்பதால் நீர் வழிந்தோடுகிறது. பிணைப்பு அறுபடுவதும், மீள்இணைப்பு நிகழ்வதும் விரைவாக நடைபெறுகின்றன. எனவே பெரும்பாலான இணைப்புகள் போலிப் படிகத்தன்மை

கொண்டவையாக எஞ்சி விடுகின்றன. இத்தகைய திறந்த அமைப்பு மூலக்கூறுகளிடையே, இடைவெளியை ஏற்படுத்துவதால், நீரின் கனஅளவு 9% அதிகரிக்கின்றது. எனவே நீரின் திண்ம நிலையை விட, நீர்ம நிலையில் அதன் மூலக்கூறுகள் அடர்த்தி குறைவாகக் கட்டப் பட்டுள்ளன.

4.3 வளி வடிவம் (நீராவி வடிவம்)

நீர் கொதிக்கும்போது அதன் ஹைட்ரஜன் பிணைப்புகள் அறுபடுகின்றன. நீராவித்துகள்கள் மிக விரைவாக விலகிச் செல்வதால், அந்நேரத்தில் ஓரிரு ஹைட்ரஜன் பிணைப்புகளே தோன்றுகின்றன. நீராவிக்கு மேற்பட்ட மாறுநிலையை அத்துகள்கள் அடையும்போது, மிக மிகக் குறைந்த ஹைட்ரஜன் பிணைப்புகளே இருக்கின்றன. இத்தகைய ஹைட்ரஜன் பிணைப்புக் குறைவாலேயே கொதிநீரைவிட நீராவியானது, மிகவும் மோசமான தீக்காயங்களை ஏற்படுத்துகிறது. நீரிலுள்ள ஹைட்ரஜன் பிணைப்புகளை, அறுக்கத் தேவையான அனைத்து ஆற்றலையும் நீராவி கொண்டுள்ளது. எனவே நீராவி நம் உடலைத் தாக்கும்போது, ஹைட்ரஜன் பிணைப்புகளை அறுக்க நீராவி எடுத்துக்கொண்ட ஆற்றல் அனைத்தையும் நம் உடல் உள்வாங்குகிறது. நீராவி குளிர்வது, ஒரு வெப்பம் உமிழும் செயல் என்பதால் வெப்பம் வெளிவிடப் படுகிறது. (மழைப் பெய்யுமுன் ஏற்படும் புழுக்க உணர்வு ஒப்புநோக்கவும்)

4.4 கொதிநிலை மற்றும் உறைநிலை

தனிமங்களின் பட்டியலில் டெல்லூரியத்தை (அணு எண் 25) நோக்கினால் மூலக்கூற்றின் அளவு குறையும்போது. நீரியக்(hydride) கனிமங்களின் கொதிநிலையும் குறைகின்றது. டெல்லூரியத்தின் நீரியக் கனிமம் H_2Te (ஹைட்ரஜன்

டெல்லூரைடு). இதன் கொதிநிலை -4^{0}C. இதற்கு மேல் கொதிநிலை -42^{0}C. கொண்ட நீரியக் கனிமம் H_2Se (ஹைட்ரஜன் செலினைடு) ஆகும். இதற்கும் ஒருபடி மேலாக -620C கொதிநிலை கொண்டது H_2S (ஹைட்ரஜன் சல்பைடு) ஆகும். இதற்கு அடுத்த நீரியக் கனிமம், தண்ணீர், H_2O, ஆகும். நீரின் கொதிநிலை 100^{0}C என்பது நாம் அறிந்ததே. மூலக்கூற்றின் எடை குறைவாக இருந் தாலும், நீரின் உயர்ந்த கொதிநிலை வியப்புக்குரியதாக வுள்ளது. நீர்ம நிலையிலுள்ள நீருக்கு, கொதிநிலையை அடைவதற்கு மிகுந்த ஆற்றல் தேவைப்படுவதே இதற்குக் காரணமாகும்.

சேர்மம்	கொதிநிலை	உறைநிலை
ஹைட்ரஜன் டெல்லூரைடு	- 4^{0}C	- 49^{0}C
ஹைட்ரஜன் செலினைடு	- 42^{0}C	- 64^{0}C
ஹைட்ரஜன் சல்பைடு	- 62^{0}C	- 84^{0}C
நீர்	100^{0}C	0^{0}C

மேற்கண்ட பட்டியலைப் பார்க்கும்போது உறை நிலைக்கும், இதே கோட்பாடு பொருந்துவது தெரிகிறது. நீரின் கொதிநிலையும், உறைநிலையும் அதன் மூலக்கூறுகள், மெதுவாக நகர்ந்து கொதிநிலை அல்லது உறைநிலையை அடைய உதவுகின்றன. நீர்வாழ் உயிரினங்களின் சூழ்நிலைகளுக்கு இது முக்கியமானது. நீர் உறைவதும்,

கொதிப்பதும் எளிதாகவும், விரைவாகவும் நடைபெற்றால் சுற்றுச்சூழலில் கடுமையான விளைவுகள் ஏற்பட்டு பெருங்கடல்களிலும், ஏரிகளிலும் வாழும் உயிரினங்கள் இறக்க நேரிடும். (இவ்வாறே வியர்வையும் நம் உடலைக் குளிர வைக்கிறது.)

4.5 பரப்பு இழுவிசை:

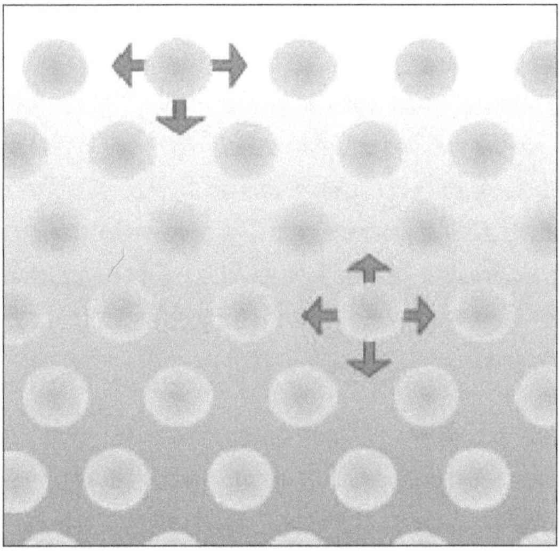

பாதரசம் தவிர மற்ற அனைத்து,, நீர்மங்களையும் ஒப்பிட, நீரே மிக உயர்ந்த பரப்பு இழுவிசை உடையது. நீரின் மூலக்கூறுகளில் உள்ள ஹைட்ரஜன் பிணைப்பு களினாலேயே நீரின் பரப்பு இழுவிசை உயர்ந்துக் காணப்படுகிறது.

ஒரு கொள்கலனில் உள்ள நீரில் இருவிதமான மூலக் கூறுகள் உள்ளன. ஒருவகை வெளியே, வெளிப்புறத்திலும், மற்றொரு வகை உள்ளே, உட்புறத்திலும் உள்ளன. உள்ளே யுள்ள மூலக்கூறுகள் அவற்றைச் சுற்றியுள்ள அனைத்து

மூலக்கூறுகளாலும் ஈர்க்கப்படுகின்றன. ஆனால் வெளி ப்புறமுள்ள மூலக்கூறுகளோ,

மேற்பரப்பு மற்றும் அதற்குக் கீழேயுள்ள ஏனைய மூலக்கூறுகளாலேயே ஈர்க்கப்படுகின்றன. இதனாலேயே அந்த மூலக்கூறுகள் குறைந்தபட்ச மேற்பரப்பை நிலைநிறுத்திக் கொள்வதுடன் நிறைய மூலக்கூறுகள், குறைந்த ஆற்றல் நிலையில் இருக்கவும் வழிசெய்கின்றன. இதுவே பரப்பு இழுவிசை எனப்படும்.

மூலக்கூற்றிடை விசைகளினால் ஒரு நீர்மத்தின் மேற் பரப்பை அதிகரிக்கத் தேவையான ஆற்றல் அல்லது வேலையைப் பரப்பு இழுவிசை எங்கிறோம். நீர் நிரப்பப்பட்ட, ஒரு கண்ணாடிக் குவளையைத் தொலைவிலிருந்து நோக்கும் போது, குவளையின் உயரத்தைவிட, நீர்ப்பரப்பின் உயரம் அதிகமாகத் தோன்றும். இத்தோற்றத்திற்குப் பரப்பு இழு விசையே காரணமாகும்.

நீரின் மின் முனைவுத் தன்மையாலேயே(polarity), அதன் மூலக்கூறுகள் ஒன்றையொன்று ஈர்க்கின்றன. ஒப்பீட் டளவில் எதிர்முனைப்புள்ள ஆக்ஸிஜனை விட, நேர் முனைப்புள்ள ஹைட்ரஜனே, நீரை ஒன்றாகப் பிணைத்து வைத்துள்ளது.

இதனாலேயே பரப்பு இழுவிசை ஏற்படுவதோடு, மூலக்கூறுகளினிடையேயுள்ள பிணைப்பை, அறுக்கத் தேவையான ஆற்றலும், ஓரளவு பயன்படுத்தப்படுகிறது. நீரின் பரப்பு இழுவிசையினாலேயே, நீரை விட அடர்த்தி குறைந்த, பொருட்கள் நீரின்மேல் மிதப்பதுடன்,

சில சிறிய உயிரினங்கள் நீரின்மேல் நடக்கவும் முடிகின்றது. இயற்கையில் நாம் காணும் நீர்த்துளிகள், தோன்றவும் இப்பரப்பு இழுவிசையே காரணமாகிறது.

4.6. ஒட்டிணைப்பு (cohesive) மற்றும் பிணைப்பு (adhesive)விசைகள்

பரப்பு இழுவிசையோடு தொடர்புடைய முக்கியமான கருதுகோள்கள் பல உள்ளன. இவற்றில் ஒட்டிணைப்பு விசைகளும், பிணைப்பு விசைகளுமே முதன்மை யானவை. ஒட்டிணைப்பு விசைகள், ஒரு நீர்மத்தை குறைந்த மேற்பரப்புடன் ஒன்றாகப் பிணைத்து வைத்திருக்கின்றன. பிணைப்பு விசைகள், ஒரு நீர்மத்தை பரவச் செய்கின்றன. ஒட்டிணைப்பு விசைகள், பிணைப்பு விசைகளைவிட வலுவானவையாக இருப்பின் நீர் அதன் கொள்ளிடத்தில், நிலையான வடிவத்தைத் தக்கவைத்துக் கொள்ளும். ஆனால் பிணைப்பு விசைகள், ஒட்டிணைப்பு விசைகளைவிட வலுவானவையாக இருப்பின், நீர் பரவி பெரும மேற்பரப்பை அடையும்.

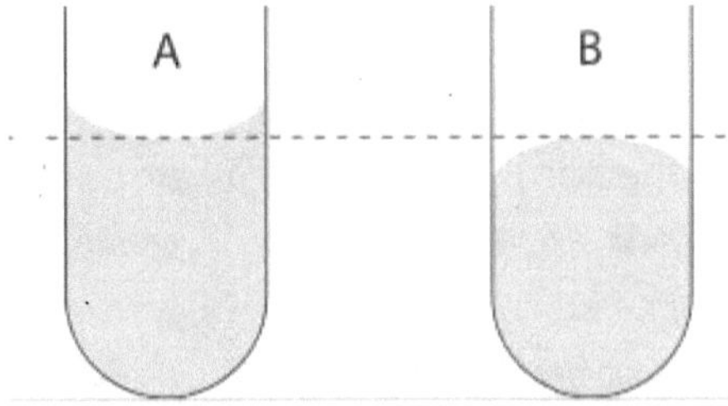

நீரை, ஒரு பொருளுடன், சேர்க்கும்போது, நீரின் மேற் பரப்பை அதிகரிக்க உதவும் எந்தவொரு பொருளும் நனைப்பான் (wetting agent) என்று அழைக்கப்படும்.

நீரானது ஒரு சோதனைக்குழாயின் பக்கவாட்டில் எழும்பி, சோதனைக் குழாயில் குழிப்பிறையுரு (Concave–உட்புற வளைவு) அல்லது குவிப்பிறையுரு (convex–மேற்புற வளைவு) தோன்றச் செய்கிறது.

இந்த நிகழ்வு, நீருக்கும், கண்ணாடிக்குமிடையே ஏற் படும், ஈர்ப்பே காரணமாகும். சோதனைக் குழாயின் விட்டம் அதிகரிக்கும்போது இந்த ஈர்ப்பு விசையும்

அதிகரிக்கிறது. இதுவே நுண்புழை ஈர்ப்பு எதிராற்றல் (capillary effect) எனப்படுகிறது. மிகக்குறைந்த விட்டமுள்ள ஒரு குழாயை (நுண்ணாடிக்குழல், நுண்ணியக் கண்ணாடிக் குழாய்), ஒரு நீர்நிலையினுள் இறக்கினால் இது புலப்படும். வெளிப்புற விசைகள் ஏதுமின்றி நீர் குழாயினுள் எழும்பும்.

ஒத்த மூலக்கூற்றிடை விசைகளே ஒட்டிணைப்பாற்றல் (cohesion) ஆகும். இதனாலேயே ஒரு நீர்த்துளியினுள், நீரின் மூலக்கூறுகள், அவற்றினிடையே பிணைப்புடன் இருக்க முடிகிறது. இதனால்தான் ஒரு கண்ணாடிக் குவளையில் வழிந்துவிடாமல் விளிம்பு வரை நீரை நிரப்ப முடிகிறது.

ஒரு நீர்மம் வழிந்தோடுவதற்கு, அதிகத் தடையாற்றல் கொண்டிருப்பதே பிசுபிசுப்புத்தன்மை (viscosity) எனப்படும். தேன், இயந்திர எண்ணெய்கள் முதலியன பிசுபிசுப்புத் தன்மை கொண்டவை என நாம் எண்ணுகிறோம். ஆனால் ஒத்த கட்டமைப்புள்ள மற்ற பொருட்களுடன் ஒப்பிடுகையில், நீரும் பிசுபிசுப்பானதே. மூலக்கூறுகளிடேயே வலுவற்ற உள்வினையுடைய நீர்மங்களைவிட, மூலக்கூறுகளிடேயே வலுவான உள்வினையுடைய நீர்மங்களே, அதிக பிசுபிசுப்புத் தன்மை கொண்டுள்ளன.

4.7. ஆவியாதலின் வெப்பம்

ஒரு விதிவிலக்காகவே நீரின் ஆவியாதலின் வெப்பம் மிகவும் மிகுதியாக உள்ளது. ஒரு நீர்மம் வளிநிலையை அடையும்போது ஆவியாதல் நிகழ்கிறது. இது ஒரு வெப்பம் ஏற்கும் எதிர்வினை. நீர் ஆவியாதலின் வெப்பம், மூலக்கூறொன்றிற்கு *41* கிலோ ஜூல்கள் ஆகும். ஆவியழுத்தமும், மூலக்கூற்றிடை விசைகளும் எதிர்மறைத்

தொடர்புடையவையாதலால் வலுவான மூலக்கூற்றிடை விசைகளுள்ளவை குறைந்த ஆவியழுத்தத்தைப் பெற்றுள்ளன. நீரின் மூலக்கூற்றிடை விசைகள் வலுவானவையாக இருப்பதால், அதன் ஆவியழுத்தம் குறைவாக உள்ளது. குறைந்த ஆவியழுத்தமுள்ள பெரிய மூலக்கூறுகளுடன் ஒப்பிடுகையில், இது மேலும் குறைவானதே.

4.8 ஆவியழுத்தம்

அழுத்தம் என்பது ஒரு பொருள் (திண்ம, நீர்ம அல்லது வளி நிலை) ஒரு பரப்பின் மீது செலுத்தும் சராசரி விசையாகும். ஆவியழுத்தம் அல்லது சமன்நிலை ஆவியழுத்தம் என்பது வெப்ப இயக்க சமன்நிலையில், ஒரு மூடிய கொள்கலத்தில், சுருங்கிய நிலையிலுள்ள ஒரு ஆவியின் அழுத்தமேயாகும். எல்லா நீர்மங்களுக்கும், திண்மங்களுக்கும் ஆவியாகக்கூடிய அல்லது வளிநிலைக்கு மாறக்கூடிய போக்கு உள்ளது. எல்லா வளிகளுக்கும், அவற்றின் நீர்ம அல்லது திண்ம நிலைக்கு மாறுகின்ற போக்கு உள்ளது.

ஒரு நீர்மம் ஒரு குறுகிய, மூடிய கொள்கலனில் இருக்கும்போது அந்நீர்மத்திற்கும் அதன் வளிநிலைக்குமிடையே, சமன்நிலை அமைகிறது. இந்தச் சமன்நிலை கொள்கலத்தின் வெப்பநிலையையோ அல்லது நீர்மத்தின் வெப்பநிலையையோ சார்ந்ததல்ல. நீர்மத்தின் ஒரு சில துகள்கள், எந்த வெப்பநிலையிலும் உள் ஒட்டு விசைகளிலிருந்து மீள்வதற்குப் போதுமான ஆற்றலுடன், வளிநிலையை அடைவதாலேயே இந்தச் சமன்நிலை அமைகிறது.

ஒரு பொருளின் ஆவியழுத்தம் என்பது அப்பொருளின் கொள்கலன்மீது அப்பொருளின் வளிநிலை கொடுக்கும் அழுத்தமாகும். ஆவியழுத்தம் வெப்பநிலையைத் தவிர

வேறெதையும் சார்ந்ததல்ல. ஆவியழுத்தம் கொள்கலனில் உள்ள நீர்மத்தின் அளவையும் சார்ந்ததல்ல. ஒரு லிட்டர் அளவு அல்லது நூறு லிட்டர்கள் எதுவாயினும் ஒரே வெப்ப நிலையில், இரு மாதிரிகளும், ஒரே ஆவி யழுத்தத்தைக் கொண்டிருக்கும். ஆவியழுத்தம் வெப்ப நிலையுடன், அதிவேகமான உறவில் உள்ளதோடு வெப்பநிலை அதிகரிக்கும்போது இதுவும் அதிகரிக்கும். ஒரு நீர்மம் கொதிக்கும்போது அதன் ஆவியழுத்தம் அதன் புற அழுத்தத்திற்குச் சமமாக இருக்கும் என்பது ஒரு முக்கியமான குறிப்பாகும்.

எடுத்துக்காட்டாக, கடல்மட்டத்தில் நீர் கொதிக்கும் போது அதன் ஆவியழுத்தம் ஒரு வளியமுக்க (atmospheric pressure) அலகு ஆகும். ஏனெனில் அதன் புற அழுத்தமும் ஒரு வளியமுக்க அலகே ஆகும்.

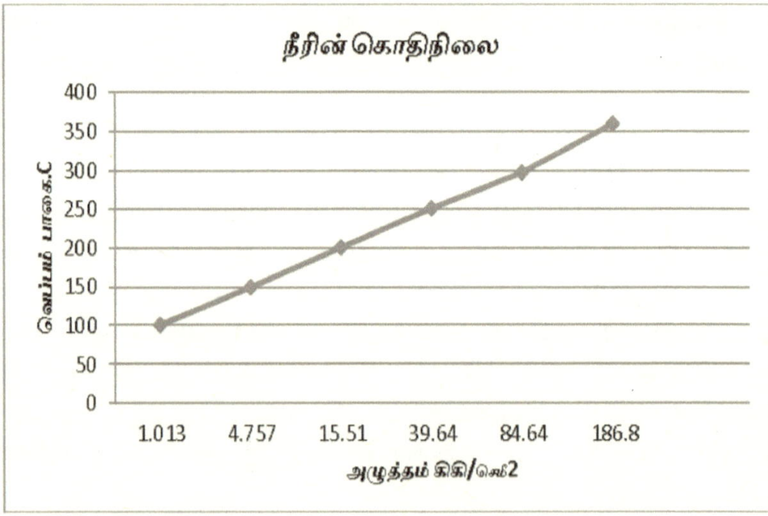

ஆவியழுத்தம் அதன் புற அழுத்தத்திற்குச் சமம் என்பது உண்மை. பல்வேறு உயரங்களில் கொதிநிலையைப் பற்றிப் பேசும்போது புற அழுத்தமும் முக்கியமானதாகிறது.

கடல்மட்டத்தில் இருப்பதை விட, மிகவும் உயர்ந்த இடங்களில் அழுத்தம் குறைவாக இருப்பதால், நீர் போன்ற நீர்மங்கள் குறைந்த வெப்பநிலையிலேயே கொதிக்கின்றன. அதனால் ஒப்பீட்டளவில் ஒரு பொருளைக் கடல்மட்டத்தில் சமைப்பதைவிட, உயர மான இடங்களில் சமைக்க, நீண்ட நேரம் தேவைப் படுகிறது.

நீர்மத்தின் மட்டத்தை விட உயர்ந்த நிலையில் ஒரு விசைக்குழாயை வைத்தால் அவ்விசைக்குழாய் நீரை மேல்நோக்கி உறிஞ்சும். இதனால் ஏற்படுகின்ற எதிர்மறை அழுத்தமானது நீர்மத்தின் ஆவியழுத்தத்திற்குச் "சவால் "விடுகிறது. இந்த எதிர்மறை அழுத்தம் ஆவியழுத்தத்தை விட அதிகரிக்கும்போது நீர்மம் தானாகவே கொதிக்க ஆரம்பித்து வளிநிலையை அடைந்து "ஆவிப்பூட்டு" (air lock) ஒன்றை உருவாக்கி விசைக்குழாயினுள் நீர் உறிஞ் சப்படுவதைத் தடைசெய்கிறது.

விசைக்குழாய்களுக்கு உள்ளும் ஆவியழுத்தம் முக்கிய மானது. ஏனெனில் உந்துருளியின் (pump) பின்புறத்தில் குறைந்த அழுத்தமுள்ள பகுதிகள் இருக் கின்றன. கவனமாக வடிவமைக்கப்படா விடில் ஆவியழுத்தத்தைவிட உந்துருளியின் பின்புறத்திலுள்ள அழுத்தம் குறைந்து 'குழிவாக்கம்' (Vacuum) ஏற்படும் சாத்தியங்கள் அதிகம்.

5. நீரின் மாறுநிலைப் புள்ளி

வேதிப்பொறியியலின் வெப்ப இயக்கவியலில் (Thermo Dynamics), 'மாறுநிலைப் புள்ளி' என்பது மாறுநிலை சமன்நிலை வளைவின் முடிவுப் புள்ளியாகும். நீரின் மாறுநிலை விளக்கப்படம் என்பது அதன் அழுத்தம் – வெப்பநிலைகளைக் கொண்ட வரைபட மாகும். இப்படம் வெப்பச் சமன்நிலையில் நீரானது – திண்ம, நீர்ம, வளி

ஆகிய மூன்று நிலைகளிலும் ஒருங்கிருத்தலைக் காட்டுகிறது. ஆவியாதலின் எல்லையில் நீர்ம, வளி நிலைகள் சமன்நிலையிலும், பிணைப்பு எல்லையில் திண்ம, நீர்ம நிலைகள் சமன்நிலையிலும், வளியாதலின் எல்லையில் திண்ம, ஆவி நிலைகள் சமன்நிலையிலும் உள்ளன.

மூன்று நிலைகளிலும் சமநிலை எய்தும் புள்ளியே 'முந்நிலைப் புள்ளி' (அ) 'மும்மடிப்புள்ளி' ஆகும். மாறு நிலைப்புள்ளிக்கு மேல் நீர்ம நிலையிலிருந்து வளி நிலைக்கு குறிப்பிடத்தக்க மாற்றங்கள் ஏதுமில்லாமையால், ஆவியாதலின் எல்லை மாறுநிலைப்புள்ளியில் முடிவடைகிறது.

மாறுநிலைப்புள்ளிக்கு மேல் நிலையான வெப்பமோ, ஆவியாதலோ நிகழ்வதில்லை. மாறுநிலைப்புள்ளியில் நிறைவுற்ற நீர்ம நிலையும், நிறைவுற்ற வளிநிலையும் முற்றிலும் சமமாக உள்ளன. மாறுநிலைப்புள்ளியிலுள்ள வெப்பம், அழுத்தம், அலகு, கனஅளவு ஆகியவை மாறுநிலை வெப்பம், மாறுநிலை அழுத்தம், மாறுநிலை கனஅளவு எனப்படுகின்றன.

மாறுநிலைப்புள்ளியில் அழுத்தத்தை அதிகரித்தாலோ அல்லது வெப்பத்தை அதிகரித்தாலோ நிலைமாற்றம் ஏதும் நடைபெறுவதில்லை. மாறுநிலைப்புள்ளியில் நீரை யும் நீராவியையும் பகுத்தறிய இயலாது. எனவே நீரையும் நீராவி யையும் தனித்தனியே குறிப்பிட்டுச் சொல்ல முடியாது.

- நீராவியின் அழுத்தம் 218 atm = 220 bar
- வெப்ப நிலை 647^0 K = 374^0C
- மாறுநிலைப்புள்ளியில் அடர்த்தி 0.322 கி/செ.மீ^{3}

எனும்போது நீரானது அதன் மாறுநிலைப் புள்ளியை அடைகிறது.

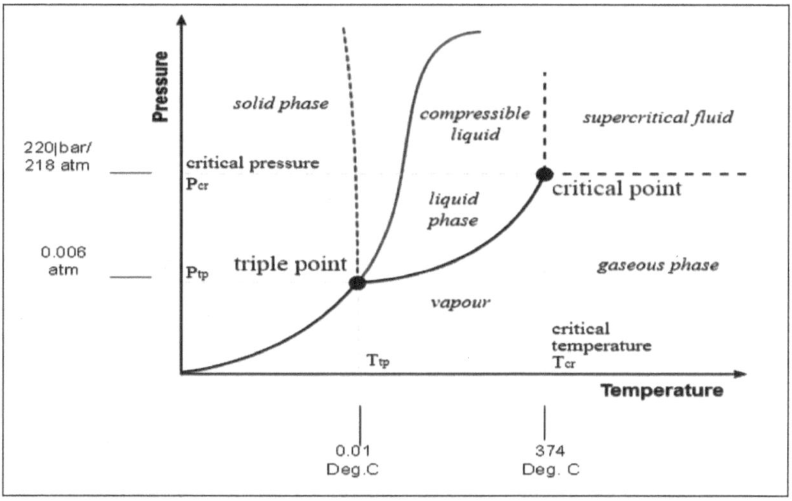

(*வரைபடம்:* compressible liquid–*சுருக்கக்கூடிய நீர்மம்*, Supercritical fluid – *மிகுமாறுநிலை பாய்மம்*. Triple point – *முந்நிலைப்புள்ளி* liquid phase – *நீர்மநிலை* gaseous phase – *வளிநிலை* critical temperature – *மாறுநிலை வெப்பம்* critical pressure – *மாறுநிலை அழுத்தம்* critical point –*மாறுநிலைப் புள்ளி* solid phase – *திண்மநிலை*, vapour – *ஆவி*, liquid – *நீர்மம்*, supercritical fluid – *உய்ய பாய்மம்*), Fluid – *பாய்மம் (நீர்ம நிலையில் அல்லது வளிநிலையில் உள்ள தனிமம் அல்லது சேர்மம்).*

5.1 மிகுமாறு நிலை (Super Critical) மற்றும் மிகைவெப்ப நீராவி (Super Heated)

மாறுநிலைப்புள்ளிக்கு மேற்பட்ட நிலைகளில் நீராவி மிகவும் மாறுபடுகிறது. மாறுநிலையும், மிகை வெப்பமும் ஒன்றல்ல. குறைந்த அழுத்தங்களிலும் வெப்ப நிலைகளிலும் உள்ள நிறைவுற்ற நீராவியை அதன் நிறைவுற்ற வெப்ப நிலைக்கு மேல் சூடேற்றும்போது கிடைப்பதே மிகைவெப்ப நீராவி.

மிகைமாறுநிலையிலுள்ள (எ.கா. மாறுநிலை அழுத்தத்திற்கு மேற்பட்ட அழுத்தநிலையிலுள்ள நீர்) நீரை நிலையான அழுத்தத்தில் (நிலை விளக்கப்படத்தில் மாறு நிலைப்புள்ளிக்கு மேல் ஒரு கிடைமட்ட நேர்கோட்டில்) குளிர வைக்கும்போது அது இருநிலைகளாகப் பிரிவதில்லை. மாறாக நிலைமாற்றம் அடையாமலேயே அதன் வழக்கமான வளிநிலைப் பண்புகள் (குறைந்த அடர்த்தி, மிகுந்த அமுக்கத்திறன்), நீர்மநிலைப் பண்புகளாகப் (மிகுந்த அடர்த்தி, குறைந்த அமுக்குத்திறன்) படிப்படியாகவும் தொடர்ச்சியாகவும் மாறும்.

நீராவி அட்டவணையிலுள்ளது போல மாறுநிலைப் புள்ளியை நெருங்கும்போது நீர்ம மற்றும் வளிநிலைகளின் இயல்நிலைப் பண்புகளிடையே (அடர்த்தி, வெப்ப அடக்கம் (Density, Enthalpy) போன்றவை) உள்ள வேறுபாடுகள் குறைகின்றன.

எடுத்துக்காட்டாக, மாறுநிலைப்புள்ளிக்குச் சற்று கீழே 218 atm அழுத்தம், 373^{0}C இல் நிறைவுற்ற நீர்மத்தின் தன் வெப்ப அடக்கம் 1970 கி.ஜூல்/கிகி. அந்நிலையில் நிறைவுற்ற வளியின் தன்வெப்ப அடக்கம் 2230 கிஜூல்/கிகி. அதே நிலையில் ஆவியாதலின் தன்வெப்பம் 260 கிஜூல்/கிகி மட்டுமே. சரியாக மாறுநிலைப் புள்ளியில் இந்த வேறுபாடுகள் மறைகின்றன.

இந்நிலையில் நீர்மம், வளி ஆகியவற்றின் தனித்துவம் மறைகிறது. மாறுநிலைப் புள்ளியில் ஆவியாதலின் வெப்பமும் மறைகிறது.

மாறுநிலைப்புள்ளியை நெருங்குகையில் நீர்மம் மற்றும் வளி நிலைகளின் இயற்பியல் பண்புகள் திடீரென மாறு கின்றன. எடுத்துக்காட்டாக இயல்பு நிலையில் நீர்மநிலை நீர் – குறைந்த வெப்ப விரிவுக் கெழு, அமுக்கமுடியாத்தன்மை, மின்பகவைகளுக்குச் சிறந்த கரைப்பான், உயர்ந்த மின்

கடத்தான் மாறிலி முதலியவற்றைக் கொண்டுள்ளது. ஆனால் மாறுநிலைப் புள்ளியை நெருங்கும்போது இப்பண்புகள் யாவும் எதிர்மறையாக மாறுகின்றன. அமுக்குத்தன்மை (Compressibility) குறிப்பிடத்தக்க வெப்ப விரிவுக் கெழு (Thermal Expansion Co-efficient), குறைந்த மின்கடத்தா மாறிலி (Low Dielectric constant) முதலியவற்றுடன் மின் பகவைகளுக்குப் (Electrolite) பயனற்ற கரைப் பானாகவும் நீர் மாறிவிடுகிறது.

5.2 முந்நிலைப்புள்ளி

வெப்ப இயக்க (Thermo Dynamic) சமன்நிலையில், ஒரு பொருளின் (வளி, நீர்மம், திண்மம்) மூன்று நிலைகளும் ஒருங்கிருக்கும் வெப்பநிலை மற்றும் அழுத்தமே அப்பொருளின் முந்நிலைப் புள்ளியாகும்.

நீரின் முந்நிலைப்புள்ளி:

- நீரின் வளி அழுத்தம் 0.006 atm = 6.12 mbar = 611 Pa
- வெப்பநிலை $273^0K = 0.01^0C$
- அடர்த்தி (நீர்மம்): 0.99979 கி/ செமீ3

6. நீர் ஓர் "உலகளாவிய கரைப்பான்"

நீரின் முனைவுத்தன்மை(Polarising Effect) யினால் துகள் களைக் கரைக்கவும் பிரிக்கவும் இயலுகிறது. ஆக்ஸிஜனுக்குச் சற்று எதிர்மின்னூட்டமும், இரு ஹைட்ரஜன்களுக்கும் சற்று நேர் மின்னூட்டமும் உள்ளன.

ஒரு சேர்மத்தில் எதிர்மின்னூட்டமுள்ள துகள்கள் நீரின் ஹைட்ரஜன் அணுக்களால் ஈர்க்கப்படும். அதுபோலவே எதிர் மின்னூட்டமுள்ள துகள்கள் நீரின் ஆக்ஸிஜன் அணுக்களால் ஈர்க்கப்படும். இதனால் சேர்மம் பிரிக்கப்படுகிறது.

மேற்கண்ட விளக்கங்களைத் தவிர நீரின் தனித்துவத் திற்கான காரணங்களைப் பெற நீரின் மூலக்கூறுகளின் பண்புகளை நோக்குவோம்.

புளூரினைத் தவிர்த்து ஆக்ஸிஜனே மிகுந்த எதிர்மின்மை கொண்ட உயர்குணமற்ற வளிநிலைத் தனிமம் ஆகும். எனவே ஒரு பிணைப்பு ஏற்படும்போது மின்துகள்கள் ஹைட்ரஜனை விட ஆக்ஸிஜனை நோக்கியே இழுக்கப்படு கின்றன. இஃது இருமுனைவுப் பிணைப்பைத் தோற்று விக்கின்றது. இஃது அத்தொகுப்பிலுள்ள ஏனைய ஹைட்ரைடுகளிலுள்ள பிணைப்புகளைவிட நீரின் மூலக்கூறை அதிக முனைவுத்தன்மையுடையதாக ஆக்குகிறது. 104.5^0 பிணைப்புக் கோணமானது மிகவும் வலுவான இருமுனையை உருவாக்குகிறது. நீரின் ஹைட்ரஜன் பிணைப்பு என்னும் முக்கியப் பண்பினா லேயே அதன் மூலக்கூற்றிடை, இடையீட்டு வினைக்கு வலுவாக உள்ளது.

நீர் ஒரு மிகச்சிறந்த கரைப்பான். அது ஒரு வலுவான முனைவுக் கரைப்பான். எனவே அதில் கரையும் பொருள்கள் மிக விரைவாக மின்னூட்டமடைகின்றன. நீர் மின்மங்களால், தன்னையே பிரித்துக்கொள்கிறது. பிரிந்த மின்மங்களின் பெருக்குத்தொகை எப்போதும் 1×10^{-14} என்றே இருக்கும்.

பொதுவாக ஒரு நீரில் மின்மங்கள், ஒழுங்கற்று அலைந்து கொண்டிருக்கும். அவை ஓர் ஒழுங்கான திசையில் நகர்ந்தால், ஒரு மின்னோட்டம் ஏற்படும். நீர் பிரியும்போது ஒருசில மின்மங்களையே வெளிவிடும்.

எனவே நீர் ஓர் அரிதில் கடத்தி. இருப்பினும் அசுத்த நீரிலுள்ள உப்புகள் நிறைய மின்மங்களை உருவாக்கு வதால் அதன் மின் கடத்துத்திறன் அதிகரிக்கிறது.

அறை வெப்பநிலையிலும், அழுத்தத்திலும் நீர் மின்மங்களின் நன்னிலைக் கரைசல்கள் (neutral pH) இரு விதிகளுக்கு உட்பட வேண்டும்.

1. H^+ மற்றும் OH^- மின்மங்களின் பெருக்குத்தொகை எப்போதும் 10^{-14}க்குச் சமமாக இருக்க வேண்டும்.
2. நேர்மின்மங்களின் எண்ணிக்கையும், எதிர் மின்மங்களின் எண்ணிக்கையும், ஒன்றுக்கொன்று சமமாக இருக்க வேண்டும்.

7. H^+, OH^- மற்றும் pH

ஒரு கரைசலின் அமிலத்தன்மை அல்லது காரத்தன்மையை H^+ மின்மங்களின் செறிவைக் கொண்டு விளக்கலாம். இது pH என்று குறிப்பிடப்படுகிறது.

$$pH = -\log_{10} [H^+] = \log_{10} 1/[H^+]$$

இவ்வாறாக,

$[H^+] = 1x10^{-2}$ m; $pH = -\log_{10} [1x10^{-2})] = -(-2.0) = 2.0$

$[H^+] = 1x10^{-7}$ m; $pH = -\log_{10} [1x10^{-7})] = -(-7.0) = 7.0$

$[H^+] = 1x10^{10}$ m; $pH = -\log 10 [1x10^{10}] = -(-10.0) = 10.0$

$[H^+]$ மற்றும் pH ஆகியவை தலைகீழ் உறவுடன் உள்ளன. $[H^+]$ ஆனது 10^{-2}-லிருந்து 10^{-7}-க்கு குறையும்போது, pH ஆனது 2-லிருந்து 7-க்கு அதிகரிக்கிறது. pH ஒரு அலகு அதிகரிக்கும்போது $[H^+]$ ஆனது 10இன் காரணிகளால் குறைவதையும் கவனித்தல் வேண்டும்.

அத்துடன் கரைசல்களை அமிலத் தன்மையுடையவை, நன்னிலை, காரத்தன்மையுடையவை என தரம் பிரித்துப் பார்க்கவும் ஜீபி பயன்படுகிறது.

pH < 7.0 – கரைசல் அமிலத்தன்மையுடையது.

pH = 7.0 – நன்னிலைக் கரைசல்

pH > 7.0 – கரைசல் காரத்தன்மையுடையது

pH மதிப்புகளைக் குறிப்பிடும்போது கரைசலின் வெப்ப நிலையையும் குறிப்பிட வேண்டும். அவ்வாறு குறிப்பிடப் படாவிட்டால் வழக்கமாக 25°C என்றே கருதப்படும். நீரின் வெப்பநிலை அதிகரிக்கும்போது $[H^+]$ மற்றும் $[OH]^-$ மின்மங்கள் உருவாதலும் அதிகரிக்கும். விளைவாக, நீரின் மின்மப் பெருக்குத்தொகையும், சேர்ந்து மாறுபடும்.

அட்டவணை: வெப்பநிலையும் நன்னிலைக் கரைசலும்

வெப்பநிலை °C	**நண்ணிலைக் கரைசலின் pH**	**மின்மப் பெருக்குத்தொகை**
25	7.0	$1x10^{-14}$
50	6.63	$5.5x10^{-14}$
100	6.10	$6.3x10^{-13}$
200	5.63	$5.0x10^{-12}$

நீரின் பி.எச். 6.5 – 8.5 க்குள் இருந்தால், அது குடிப்பதற்கு உகந்த அளவில் இருப்பதாக கொள்ளலாம். குழாய்கள் அல்லது கொள்கலன்களை அரித்தல், அரிப்பிலிருந்து பாதுகாத்தல், உப்பு படிதல், இரும்பு பாக்டீரியாவின் பெருக்கம், நீரில் கரிம பொருட்கள் சிதைந்து, ஹைட்ரஜன் சல்பைடு வாயு வெளியாதல், நீர் சீராக்கும் முறைகள், குளோரினேற்றம் போன்ற பலவும் நீரின் பி. எச் அளவைப் பொறுத்திருக்கும்.

8. ஆய்வகத்தில் உற்பத்தி செய்யப்படும் நீரின் விலை

கீழ்க்கண்ட சூழலில் 1 லிட்டர் தண்ணீரை உற்பத்தி செய்ய விரும்புகிறோம் எனக் கொள்வோம்.

- *ஆய்வகம் ஒன்றில் உள்ள ஓர் எரிபொருள் செல்/கலம்.*
- *ஒரு கிலோவாட் மின்சக்திக்கு ஆகும் செலவு ₹ 7.00*
- *1 லிட்டர் நீர் = 1 கிலோ நீர் = 56 மோல் (தோராயமாக).*
- *நீர் உற்பத்திக்கான வேதிவினை:* $H_2 + 0.5\ O_2 \rightarrow H_2O$ + வெப்ப ஆற்றல்
- *எரிபொருள் கலத்தின் செயல்திறன் 60%*

கொடுக்கப்பட்ட வேதிவினையின் விகிதத்தை கீழ்க்கண்டவாறு எழுதலாம்.

2 கிராம் ஹைட்ரஜன் + 16 கிராம் ஆக்சிஜன் = 18 கிராம் தண்ணீர்

அப்படியானால்,

1 கிலோ கிராம் தண்ணீருக்கு தேவையான தனிமங்கள்:

112 கிராம் ஹைட்ரஜன் +896 கிராம் ஆக்சிஜன் = 1008 கிராம் தண்ணீர்

செயல்திறனைக் கணக்கில் கொண்டால், தேவைப்படும் தனிமங்கள்:

186 கிராம் ஹைட்ரஜன் +1493 கிராம் ஆக்சிஜன்

1 கிலோ ஹைட்ரஜன் விலை: ₹ 900

1 கிலோ ஆக்சிஜன் விலை: ₹ 75

₹ 900 x 0.186 + 75 x 1.493 = ₹ 280.00

மேற்கண்ட சமன்பாடுகள் மூலம், *1* லிட்டர் தண்ணீருக்குத் தேவையான தனிமங்களின் விலை *₹ 280.00* ஆகும். வேதிவினையின் போது கிடைக்கும் வெப்பமானது, மிகுந்த வெடியாற்றலோடு வெளிப்படும். எனவே பாதுகாப்பாக, தண்ணீரை உற்பத்தி செய்வது மிகுந்த பொருட்செலவு மிக்கது.

9. இயற்கை நீர்

2- 2-

இயற்கையில் நமக்குக் கிடைக்கும் நீர், மேற்கண்ட பண்புகளால், ஒரு நீர்த்தக் கரைசலாகவே கிடைக்கிறது. பல உப்புகள் நீரில் முழுமையாகக் கரைந்துள்ளன. நீரில் பொதுவாகக் காணப்படும் உப்பு– மின்மங்கள்(அயனிகள்) வருமாறு:

நேர்மின்மங்கள்	**எதிர்மின்மங்கள்**
கால்சியம் Ca^{++}	பைகார்பனேட் HCO_{3-}
மக்னீசியம் Mg^{++}	குளோரைடு Cl^{-}
சோடியம் Na^{+}	சல்பேட்டு SO_4

சீரான ஓர் ஆய்வுத்தொகுப்புக்குப் பின்பே இயற்கை நீரின் தரம் தீர்மாணிக்கப்படுகிறது. உப்புக்கலவையை ஆராய்ந்து பார்த்தால் மூல நேர்மின் அயனிகளின் கூடுதல், வலுவான எதிர்மின்அயனிகளின் கூடுதலுக்குச் சமமாக உள்ளது. இது மி. கி/லி என வெளிப்படுத்தப்படுகிறது. அத்துடன் தேவையெனில் அவை mg&eq/l என்ற அளவைக்கு மறுகூட்டல் செய்யப்படலாம்.

$$\frac{Na^{+}}{23} + \frac{K^{+}}{39.1} + \frac{Ca^{2+}}{20.05} + \frac{Mg^{2+}}{12.16} = \frac{Cl^{-}}{35.5} + \frac{HCO_3^{-}}{61.03} + \frac{SO_4}{48.03} + \frac{SiO_2}{38.03}$$

இடப்பகுதிக்கும் வலப்பகுதிக்கும் இடையேயுள்ள வேறுபாடு 5%-க்கு மிகக் கூடாது.

இயல் – 2

கிடைக்கும் நீரின் அளவும் தரமும்

1. முன்னாள் நாகரிகமும், இந்நாள் நாகரிகமும்

இந்தியாவின் பழங்குடிகளான, தமிழர்களின் மிகப்பெரிய, பழமையான நாகரீகம் மொகஞ்சதாரோ, அரப்பா நாகரிகம் ஆகும். கிறிஸ்து பிறப்பதற்கு இரண்டாயிரம் ஆண்டுகளுக்கு முன் அரப்பா நாகரிகம் நிலவியது.

மாதம் மும்மாரிபொழிந்தது. தென்மேற்கு பருவமழையின் அருள் நிரம்பி வழிந்தது. ஆறுகளும், ஓடைகளும் நீரைச் சுமந்து சென்று மண்ணுக்கு உயிர் அளித்ததன. மண் செழித்தது; வளம் கொழித்தது. புல் தரைகள், மரகத கம்பளங்கள் போன்று வனப்போடு திகழ்ந்தது.

மண்ணின் வளம், மக்களுக்கு போதிய நேரத்தை தந்தது. கிடைத்த நேரத்தில் கலைகள் வளர்ந்தன. சிறபக் கலை சிறப்புற்று விளங்கியது. மண்பானைகள், வண்ணப் பானை களாய் மாறின.

மக்கள் கல்வி, கேள்வியில் சிறந்து விளங்கினார்கள். அறிவு வளர, வளர சுயநலம் சேர்ந்தே வளர்ந்தது.

மனிதர்கள் காடு வெட்டி, கழனியாக்கினார்கள். ஆட்டிற்கும் மாட்டிற்கும் காடழித்து, தீவனம் தந்தார்கள். மரங்கள் மறைந்தன. மரங்களின் அடியில் இருந்த புற்பூண்டுகள் கருகின. மண் உயிரை இழந்தது. மேற்கே, ஆயிரம் மைல்களுக்கு அப்பால் இருந்து அரபு பாலைவனத்து மணற்காற்றும், தெற்கேயிருந்து, தார் பாலைவனத்து மணற்காற்றுமாக, உயிரற்ற அந்த மண் கண்டத்தை மூடியது. மிகச் செழுமையான நாகரிகம், மனிதனின் சுயநலத்தால் அழிந்தது. இன்றைய இந்தியாவும், குறிப்பாக தமிழகமும் இந்தச்சூழலை நோக்கி விரைவாகப் பயணிக்கிறது.

2019, மே மற்றும் ஜூன் மாதங்களில் புதிய சென்னையின் முக்கியமான பகுதியான பழைய மகாபலிபுரம் (OMR), சாலையில் தண்ணீர் என்பது சுத்தமாக இல்லை. இதனால் அங்கு குடியிருப்புகளிலிருந்து மக்கள் வேறு இடங் களுக்குக் குடிபெயர்ந்து வருகிறார்கள். இந்தியாவின் ஆறாவது பெரிய நகரமான சென்னையில், பெரும்பாலான இடங்களில் சுத்தமான தண்ணீர் இல்லை. இதுவரை தண்ணீர் கிடைத்து வந்த மயிலாப்பூர், திருவல்லிக்கேணி, இராயப்பேட்டை பகுதியில் தண்ணீர் கிடைக்காமல் தவித்து வருகிறார்கள்.

கீழே கொடுக்கப்பட்டுள்ள அட்டவணையைப் பாருங்கள். சென்னை நகரில் *1980*ஆம் ஆண்டில், *10* மீட்டர் ஆழத்தில், கிணற்றில் கிடைத்த நீர், *2000*ஆம் ஆண்டில் *30* மீ. ஆழம் கொண்ட, ஆழ்துளை கிணறாக மாறிப் போனது. *2020*ஆம் ஆண்டில் *40* மீ. ஆழத்துக்கு நீர்மட்டம் சென்றுவிட்டது. அட்டவணையை ஒட்டிய படத்தில், காட்டப்பட்டுள்ளது போன்று, மழைநீர் பல மண்கண்டங்களைக் கடந்து செல்லும்போது, அந்த மண் கண்டங்களில் உள்ள, கனிமங்களைக் கரைத்துத் தன்னோடு கொண்டு செல்வதால், நீரில் கரைந்துள்ள

உப்புகளின் அளவு கூடிவிடுகிறது. இயல் 1–ல் சொல்லபட்டுள்ளது போன்று, சென்னை மட்டு மல்லாமல், தமிழகம் முழுவதும், ஆழ்தள நீர்மட்டம், மிக ஆழத்துக்கு சென்றுவிட்டது. தமிழகத்தில் மட்டு மின்றி, இந்தியா முழுவதிலும் இந்த நிலையே பொது வானதாக உள்ளது.

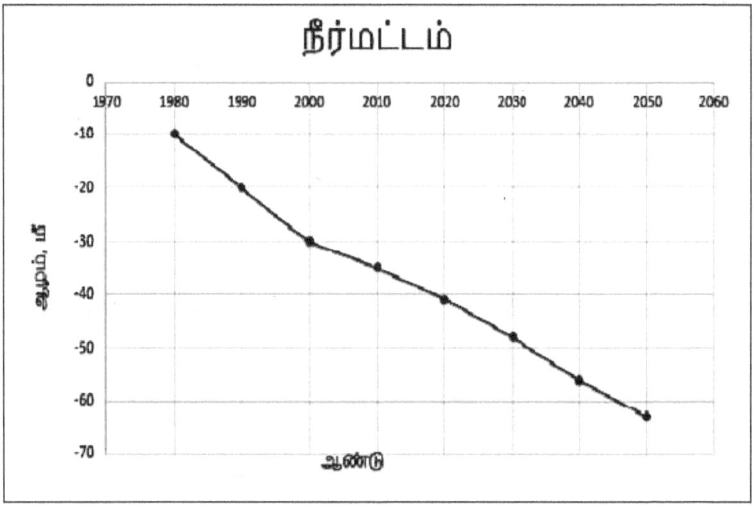

நீர்ப் பற்றாக்குறையை நீர்த் தட்டுப்பாடு (Water Scarcity) என்றும், நீர் நெருக்கடி (Water Stress) என்றும் குறிப்பிடுகின்றோம். நீர் பற்றாக்குறை என்பது தற்காலிகமானது. அடுத்துவரும் மழைக்காலத்தில் அந்த பற்றாக்குறை சீர்செய்யப்பட்டு விடும். நீர் நெருக்கடி என்பது, அடுத்துவரும் மழைக்காலத்திலும் பழைய, நீர் மட்டத்தை, அடையமுடியாத நிலைக்கு அந்தப் பகுதி சென்றுவிட்டதைக் குறிக்கும்.

தமிழகத்தின் பெரும்பகுதியில், நீர்மட்டம் மிகுந்த ஆழத்துக்குச் சென்று விட்டதைப் பார்க்கும்போது, தமிழ்நாட்டின் பல மாவட்டங்கள், நீர் நெருக்கடி நிலையை அடைந்து விட்டது என அறியலாம்.

இதற்கு இயற்கை மற்றும் மனிதர்கள் காரணமாக இருக்கலாம். ஆனால், தொழில்மயமாக்கல், நீர்ப்பாசனம், தீவிர நகரமயமாதல், வீட்டுப் பயன்பாட்டில் ஏற்பட்ட மாற்றங்கள் போன்ற, மனிதக் காரணிகளே அதிகமாக இருப்பதாக பல அறிக்கைகள் தெரிவிக்கின்றன.

தமிழ்நாட்டில் உள்ள திண்டுக்கல், மதுரை, மாவட்டங்களில் காடுகளில் நிலவும் கடுமையான வறட்சியின் காரணமாக இப்பகுதியில் வாழும் கால்நடைகள் இறக்கின்றன. கால்நடைகள் தண்ணீரைத் தேடி, வந்து கிணற்றில் விழுந்து இறக்கின்றன.

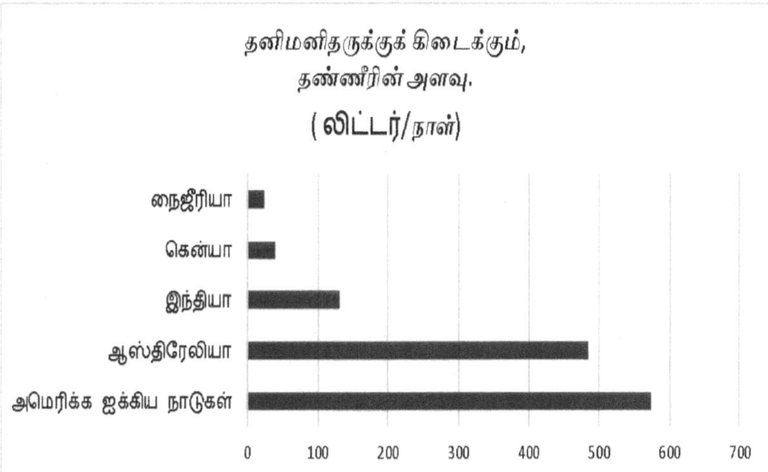

நாம் காணும், நீர் நெருக்கடி, தமிழகம், இந்திய எல்லைகளைக் கடந்து, உலகம் தழுவிய சிக்கலாக உள்ளது. விளக்கப்படத்தில் காட்டப்பட்டுள்ளதைப் போன்று, நைஜீரியா, கென்யா போன்ற நாடுகள், நம்மிலும் அதிக நீர் நெருக்கடியில் உள்ளதை அறிகிறோம்.

மெக்சிகோ முதல் சிலி வரையிலும் ஆப்பிரிக்க பகுதிகள் முதல் தெற்கு ஐரோப்பாவில் உள்ள சுற்றுலா முக்கியத்துவம் வாய்ந்த இடங்கள் வரை, மத்திய தரைக்கடல் பகுதியில்

தண்ணீர் நெருக்கடி மிக மோசமான நிலையை எட்டி கொண்டிருக்கிறது. தண்ணீர் பஞ்சம் காரணமாக பல கோடி மக்கள், குடி பெயர்ந்து கொண்டிருக்கிறார்கள்.

2. ஆழத்தைப் பொறுத்து நீரின் தரமாற்றம்

தண்ணீரை, அது கிடைக்கும் இடத்தைப் பொறுத்து, மூன்று வகையாகப் பிரிக்கலாம். 1. தரைதள நீர், 2. தாழ் தள நீர், 3. ஆழ் தள நீர்.

இதில் தரைதள நீரானது, ஆறு, ஏரி, குளம் போன்றவற்றில் கிடைக்கும். ஏறத்தாழ 6 மீ. ஆழத்திற்குள் கிடைக்கும் நீர், தாழ்தள நீராகும். தாழ்தள நீர், தமிழகம் முழுவதுமே இப்போது, இல்லாமல் போய்விட்டது என்றே சொல்லலாம். ஆழ்தள நீர் என்பது, 6 மீட்டருக்கு மேலான, ஆழத்தில் கிடைக்கும் நீராகும்.

நமது விவசாயிகள், 1970 வரை, தமிழ் நாட்டில் தாழ்தள, கிணற்றுநீர்ப் பாசனம் மூலம் தான் பயிர்செய்து

வந்தனர். அப்போதுதண்ணீர், சுமார் 20 அடி அல்லது 6 மீ ஆழத்தில் கிடைத்தது.

பசுமைபுரட்சியினால், கடந்த 60 ஆண்டுகளில் இந்தியாவில் நிலத்தடி நீர் பயன்பாடு 500% அதிகரித்துள்ளது. தாழ்தள நீரின் பயன்பாட்டின் இந்த அதிகரிப்பு, அதிக பயிர் விளைச்சலை ஏற்படுத்தியுள்ளது, அரசாங்கம் முதலில் டீசல் மோட்டார்களை அறிமுகப் படுத்தியது. மிக்க இரைச்சல் கொண்ட இவை கிணற்றில் இருந்து நீரை வேகமாய் வெளியேற்றின.

கிணறுகளில் நீர் மட்டம் குறைந்தது. பயிர் செய்வோர் மேலும் தோண்டினார்கள். பாசனம் செய்த பரப்பளவு கொஞ்சம் கொஞ்சமாக அதிகரித்தது. அப்புறம் நவீன மின்சார மோட்டார்கள் வந்தன. இவை வெகு வேகமாக நீரை வெளியேற்றின. மக்கள் கிணறுகளை மேலும் ஆழப்படுத்தினர். அப்புறம் நீர் மூழ்கி மோட்டார்கள் வந்தன.

பூமியைத் துளைக்கும், ஆழ்துளை கிணறு அமைக்கும் தொழில் நுட்பம் விவசாயிகளுக்கு அறிமுகமானதும், கண்ட இடங்களில், தண்ணீர் வரும் என நம்பி துளை போட்ட வண்ணமே இருக்கின்றனர். இப்பொதெல்லாம் ஆயிரம் அடி ஆழ்த்துக்கு, துளை போடுவது மிகவும் இயல்பாகிப் போனது.

கட்டுப்பாடற்ற ஆழ்துளை கிணறுகளின் பெருக்கம், விவசாயிகளின் வாழ்வாதாரத்தில் எதிர்மறையான எதிர்கால விளைவுகளை விரிவுபடுத்துகிறது. ஆழ்துளை கிணறுகளின் நீரின் தரம், பெரிய சமூக–பொருளாதார, சுற்றுச்சூழல் தாக்கங்களை ஏற்படுத்திவருகிறது. நீரற்ற நிலங்களை விட்டு, விவசாயிகள் வெளியேறும் வீதத்தை அதிகரித்துள்ளது. தமிழ்நாடு மிகுந்த நகர்ப்புறமய மானதற்கு வறண்ட விவசாய நிலங்களும் காரணமாகும்.

மத்திய நிலத்தடி நீர் வாரியத்தின் (Central Grand Water Board-CGWB) படி 2007–2017 க்கு இடையில் கிணறுகளில் நிலத்தடி நீர் மட்டத்தில் 61% சரிவு ஏற்பட்டுள்ளது. இந்தியா தற்போது உணவு–நீர்–(மின்)ஆற்றல், ஆகிய மூன்று முக்கியக் கண்ணிகளின் சுழற்சியில் செயல்படுகிறது. உணவு உற்பத்தியை தொடர்ந்து அதிகரிக்க, நீர் மற்றும் எரிசக்தி வளங்களில் ஒத்திசைவோடு திட்டங்களை மேற்கொள்ள வேண்டியுள்ளது. நிலத்தடி நீர் மட்டம், மின்சார நெருக்கடி இரண்டையும் இப்போது எதிர் கொள்கிறோம்.

இந்த இரண்டு நெருக்கடிகளும் உணவு நெருக்கடிக்கு நம்மை அழைத்துச் செல்லும். இந்திய அளவில், தனி மனிதர்களுக்கான தண்ணீர் பற்றாக்குறையின், கடந்த 60 ஆண்டு தரவின் வரைபடம் கொடுக்கப்பட்டுள்ளது.

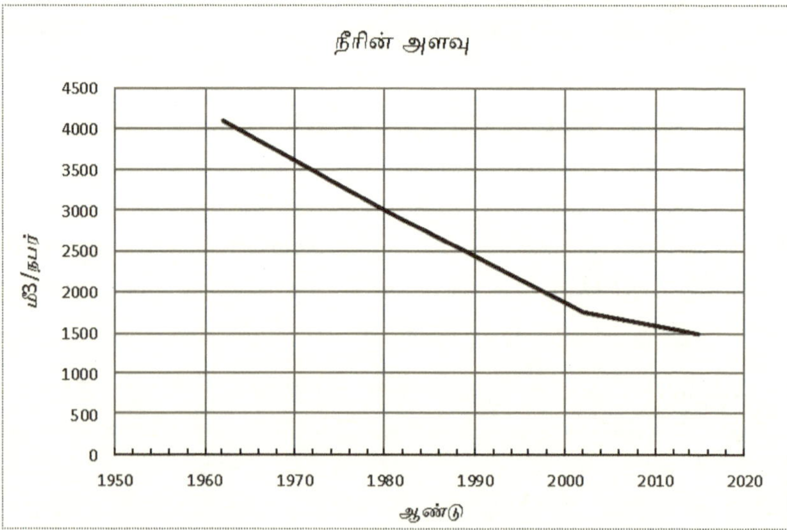

நம் தமிழ் நாட்டின் ஆழ்தளத்தில், ஆறு எதுவும் ஓடவில்லை. கிணறுகளின் ஆழம் அதிகமாக ஆக, தண்ணீரில் கரை உப்புகள் (dissolved solids) அதிகமாக

இருக்கும். இவை நிலத்திற்கு மேல் பகுதிக்குவந்து, மேல் மண்ணை (top soil) உவர்ப்பாக்கிவிடும்.

தாழ்தள நீர் குறைய, குறைய மரங்களின் வேர்களுக்கு நீர் கிடைக்காமல், அவை மிகவும் தடுமாறும். அதனால் அவை, மிகவும் வறட்சியாகக் காட்சி தரும்.

3. தண்ணீர் பற்றிய நம் தொன்மையான மரபு அறிவு

தமிழர்கள், இயற்கை மற்றும் புவியியலின் அடிப்படையில், மண் வளத்தின் அறிவியலை அறிந்து வைத்திருந்தனர். நமது நிலத்தை ஐந்திணைகளாக வகைப்படுத்தியுள்ளமை தொல்காப்பியத்தின் மூலம் அறியலாம்.

- மலையும் மலை சார்ந்த இடமும் குறிஞ்சி.
- காடும், காடு சார்ந்த நிலமும் முல்லை.
- வயலும் வயல் சார்ந்த நிலமும் மருதம்.
- கடலும் கடல் சார்ந்த இடமும் நெய்தல்.
- குறிஞ்சியும், முல்லையும், நீரின்றி பாழ் பட்டால், பாலை எனப்பட்டது.

இந்த ஐந்து நிலப்பகுதியிலும் கிடைக்கும் நீரின் தரம் மாறுபட்டது. அதை கீழ்க்கண்ட அட்டவணயிலிருந்துக் காணலாம். குறிஞ்சி என்ற மலைப்பகுதியில், கிடைக்கும் நீர், தூய்மையான மழை நீர் ஆகும். அதன் மின் கடத்தும் திறன் 45 மில்லி சீமன்ஸ்/சென்டிமீட்டர் என்றும், நெய்தல் என்ற கடல் நீரின் மின் கடத்தும் திறன் 50, 000 மில்லி சீமன்ஸ்/சென்டிமீட்டர் என்றும் அறிகிறோம். (நீரின் மின்

கடத்தும் திறன், அதில் கலந்துள்ள உப்பின் அளவுக்கு நேர்விகிதத்தில் இருக்கும்).

3.1. நிலத்துக்கேற்ற தண்ணீரின் தரம்

காரணிகள்	குறிஞ்சி/ அருவி	முல்லை/ காட்டாறு	மருதம்/ ஆறு	நெய்தல்/ கடல்
பி.எச்.(pH)	6.5	6.8	7.5	8.1
மின்கடத்தும் திறன்(µs/cm)	45	100	250	50000

தமிழர்கள், மருத நிலத்தின் வளத்தை, மேலும் பலவாறாக, வகைப்படுத்தினார்கள். அதனடிப்படையில், கடினமான மண் இருக்கும் நிலத்தை "வன்புலம்" என்றும், வளமான மண்ணை, "மென்புலம்" என்றும், நீர் சத்து குறைந்து, உலர்ந்த நிலத்தை, "உலர் நிலம்" என்றும், உப்பு சத்து நிறைந்த நிலத்தினை, "உவர் நிலம்" என்றும், வகைப்படுத்தியுள்ளார்கள். காவிரி நீர், மருத நிலத்தை அடைந்ததும், அதன் மின் கடத்தும் திறன் 250–ல் தொடங்கி, கடலில் கலக்கும் இடத்தில், 750 மில்லி சீமன்ஸ்/சென்டிமீட்டர் ஆக உயர்ந்து காணப்படுகிறது, அதாவது கரை உப்புகளின் அளவு தொடர்ந்து அதிகரித்து வருகிறது. காவிரி நீரின் இந்த மாற்றத்துக்கு காரணம், அந்த ஆறு, மேலே சொல்லப்பட்ட, வன்புலம், மென்புலம், உலர் நிலம், உவர் நிலங்களைக் கடந்து, கடலை அடைவதுதான்.

3.2. நீர் நிலைகளின் வகைப்பாடுகள்

நீரின் தன்மைக்கேற்ப, நீர் நிலைகளை, நம் முன்னோர்கள், 47 வகையாகப் பிரித்துள்ளார்கள். அவற்றுள், நீரின் தரத்தைக் கொண்டு கீழ் வருமாறு வகைப்படுத்தலாம்.

3.2.1. குடிநீர்

- ஆழிக்கிணறு (well in sea-shore) – கடலுக்கு அருகே தோண்டி கட்டிய கிணறு
- இலஞ்சி (reservoir for drinking and other purposes)– குடிப்பதற்கும் வேறுவகைக்கும் பயன்படும் நீர்த்தேக்கம்
- உறை கிணறு (ring well)–மணற் பாங்கான இடத்தை தோண்டி சுடுமண், அல்லது பைஞ்சுதையினால் வலையமிட்ட கிணறு
- ஊருணி (drinking water tank)–மக்கள் பருகும் நீர்நிலை
- கட்டுக்கிணறு (built in well)–சரளை நிலத்தில் வெட்டிகல், செங்கல் இவைகளால் உள்சுவர் எழுப்பிய கிணறு.
- தொடுகிணறு (dig well)–ஆற்றில் உள்ளேயும், அருகிலும் அவ்வப்பொழுது மணலை தோண்டி நீர் கொள்ளும் இடம்.

3.2.2. குளிக்க, துவைக்கப் பயன்படும் நீர்

- குளம் (bathing tank)–ஊர் அருகே உள்ள மக்கள் குளிக்க பயன்படும் நீர்நிலை.
- கூவம் (abnormal well) – ஓர் ஒழுங்கில் அமையாத கிணறு
- கூவல் (hollow) – ஆழமற்ற கிணறு போன்ற பள்ளம்
- கேணி (large well) – அகலமும் ஆழமும் பெற்ற பெருங்கிணறு
- சிறை (reservoir) – தேக்கிவைக்கப்பட்டுள்ள பெரிய நீர்நிலை

- குண்டம் (small pool) – சிறியதாக அமைந்த குளிக்கும் நீர்நிலை
- குண்டு (pool) – குளிப்பதற்கு ஏற்ற சிறிய குளம்

3.2.3. பாசனத்துக்கான நீர்

- ஆறு (river) – பெருகி ஓடும் அகன்ற நீரோடை
- ஏரி (irrigation tank) – வேளாண்மை (பாசன) நீர்தேக்கம்
- கண்மாய் (irrigation tank) – பாண்டிய மண்டலத்தில் ஏரிக்கு வழங்கும் பெயர்
- தாங்கல் (irrigation tank) – இப்பெயர் தொண்டை மண்டலத்தை ஒட்டிய பகுதியில் ஏரியை குறிக்கும்.
- மடு (deep place in river) – ஆற்றின் இடையே உள்ள மிக ஆழமான பள்ளம்

3.2.4. பல்நோக்கு நன்னீர்

- அகழி (Moat) – கோட்டையின் புறத்தே சுற்றி அகழ்ந்தமைக்கப்பட்ட நீர் அரண்
- அருவி (water fall) – மலை முகட்டில் தேங்கிய நீர் குத்திட்டு விழுவது
- ஊற்று (spring) – பூமிக்கடியில் இருந்து நீர் ஊறுவது
- ஓடை (Brook)–அடியிலிருந்து ஊற்று எடுக்கும் நீர், எப்பொழுதும் பொசிந்து, வாய்க்கால் வழி ஓடும் நீர்நிலை
- திருக்குளம் (temple tank)–கோயிலின் அருகே அமைந்த நீராடும் குளம்

- தெப்பக்குளம் (temple tank with inside pathway along parapet wall) ஆளோடியுடன் கூடிய தெப்பம் சுற்றி வரும் குளம்
- *நீராழி* (bigger tank with centre mandapam)–நடுவில் மண்டபத்துடன் கூடிய பெரியகுளம்
- பொய்கை (lake) – தாமரை முதலியன மண்டிகிடக்கும் இயற்கையாய் அமைந்த நீண்ட நீர்நிலை

3.2.5. உப்பு நீர்

- கடல் (sea) – இயற்கையான பெரிய உப்பு நீர்த்தேக்கம்.

4. தரைதளம் மற்றும் தாழ்தள நீரின் தரம்

சிறப்பியல்புகள்	அலகு	தரைதள நீர்	கிணற்று நீர்	கடல் நீர்
தோற்றம்	_	தெளிவு	தெளிவு	தெளிவு
25 C - இல் pH	_	நன்னிலை	நன்னிலை	நன்னிலை
நாற்றம்		ஏற்பு உடையது	ஏற்பு உடையது	ஏற்பு உடையது
கலங்கல்	NTU	5	1	5
மொத்த கரை உப்புகள் (TDS)	மி.கி / லி	500	2000	40000
மொத்த கடினத்தன்மை	$CaCO_3$	200	600	2000
மொத்த காரத்தன்மை	$CaCO_3$	200	600	200
குளோரைடு	மி.கி / லி	250	1000	22000
சல்பேட்டு	மி.கி / லி	200	400	4000

5. ஆழ்தள நீரின் (பொதுவான) தரம்

தமிழகத்தின் அனைத்து மாவட்டங்களும், ஆழ்தள நீரின் தாக்கத்தால் அதிக கரை உப்புகளைக் கொண்ட உவர் நீர் மண்டலமாக மாறி வருகிறது.

வேதியியல் அளவுருக்கள்	10மீ	20மீ	100மீ	150மீ
பி.எச்.(pH)	7.5	7.5	7.5	7.6
மின்கடத்துத்திறன் மை.சீ / செ.மீ	700	1340	8200	8700
P. காரத்தன்மை ($CaCO_3$ ppm)	இல்லை	இல்லை	இல்லை	இல்லை
M. காரத்தன்மை ($CaCO_3$ ppm)	120	240	280	290
மொத்த கடினத்தன்மை ($CaCO_3$ ppm)	200	360	460	474
கால்சியம் கடினத்தன்மை ($CaCO_3$ ppm)	120	210	220	226
மக்னீசியம் கடினத்தன்மை ($CaCO_3$ ppm)	80	150	240	248
குளோரின் இருப்பு (குளோரின் ppm)	70	260	2500	2620
சல்பேட்டு (சல்பேட்டு ppm)	26	68	320	366
மொத்த கரைக்கப்பட்ட திண்மங்கள் (ppm)	400	810	4900	5200

நாம் அட்டவணையில் கண்டபடி, சென்னையிலுள்ள பல்வேறு ஆழ்துளைக் கிணறுகளிலிருந்து பெறப்பட்ட நீர் மாதிரிகள் அச்சுறுத்தும் அளவுகளில் வேதியியல் செறிவுகளைக் கொண்டுள்ளன. அவை குடிப்பதற்கோ, கட்டிடம் கட்ட பயன்படுத்தகவோ முடியாது. வேளசேரி. பாலவாக்கம், கொட்டிவாக்கம் போன்ற பகுதிகளில், ஆழ்துளைக் கிணறுகளிலிருந்து கிடைக்கும் நீரில், உப்பு மிக அதிக அளவில் கரைந்துள்ளது. கடற்கரையிலிருந்து தொலைவில் உள்ள பெரம்பூர், அயனாவரம் பகுதிகளிலும் குடிக்க தகுதியற்ற நீரே ஆழ்துளை நீராகக் கிடைக்கிறது.

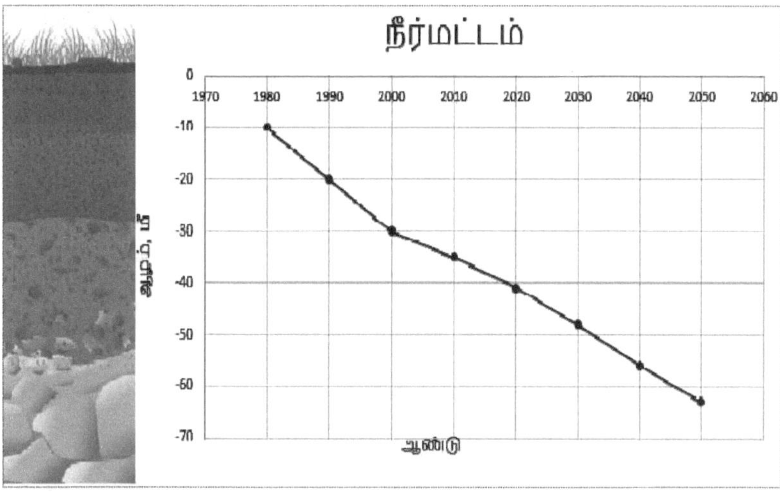

i) தொழிலும், விவசாயமும் விரைந்து முன்னேறி வருவதால், நீரின் பயன்பாடும் தொடர்ந்து அதிகரிக்கிறது. நகரங்கள் செங்குத்தாகவும், கிடைமட்டமாகவும் வளர்கின்றன. இதனால் கழிவுநீரின் அளவு அதிகரிக்கின்றது. நீர்நிலை களும், நிலத்தடிநீரும் மாசுபடு வதற்குக் கழிவுநீர் கசிவு ஒரு முக்கியமான காரணமாகும். ஆழ்தள

நீர், படத்தில் காட்டப்பட்டுள்ளதைப் போன்று, பல்வேறு மண்கண்டங்கள்/ கனிம அடுக்குகளின் வழியே, ஊறி உட்புகுந்து, செல்வதால் அதில் கால்சியம் மற்றும் மக்னீசியம் போன்ற உப்புகள், பெருமளவில் கலந்துவிடுகின்றன. சென்னை போன்ற பெரிய கடலோர நகரங்களில் கடல்நீர் கசிந்து ஊடுருவுவது, தற்போது இயல்பாகி விட்டது.

ii) அதிக உப்பு செறிவுடன் கூடிய குடிநீரைப் பருகுவது மனித உயிர்களை மிகைக் கனிம மயமாவதற்கு (hyper mineralisation) இட்டுச்செல்லும். இது நம் செயல்பாடுகளைப் பாதிக்கும்; நோய்களை ஏற்படுத்தும்.

iii) 0.2 - 0.4 பிபிஎம் (ppm- parts per million) செறிவுடன் எண்ணெய் / பெட்ரோலியம்

அ) இருப்பது நீருக்கு ஒரு குறிப்பிட்ட மணத்தை அளிக்கிறது, இதைக்

ஆ) குளோரினேற்றத்தால் கூட அகற்ற இயலாது.

iv) *250* பிபிஎம்–க்கும் அதிகமான சல்பேட் கொண்ட நீர் கான்கிரீட் கட்டமைப்புகளை அழிக்க வல்லது. (ஜிப்சம் உருவாவதால்).

v) நீரில் கணிசமான அளவிலுள்ள குளோரின் அயனிகள் கசிவைத் தோற்றுவித்து கான்கிரீட்டை அழித்து விடும். (சிமென்ட்டிலுள்ள சுண்ணாம்பின் எதிர்வினையால் கரையக்கூடிய மக்னீசியம் மற்றும கால்சியம் குளோரைடுகள் உருவாவதால்)

vi) இரும்பும் மாங்கனீசும் இயற்கை நீரில் வெவ்வேறு வடிவங்களில் இருக்கலாம். இது ஜீபி மற்றும்

ஆக்ஸிஜன் கிடைப்பதைப் பொறுத்தது. வழக்கமாக ஆக்ஸிஜன் குறைவாக உள்ள ஆழ்துளைக் கிணற்று நீரிலும் இரும்பு ஈரிணைத் திறனுடைய சேர்மமாக இருக்கின்றது.

மிகைச்செறிவுடைய இரும்பின் நுகர்வு நீடித்தால் அது கல்லீரல் நோய்களுக்கு வழிகோலும். (ஹீமோசிடரோசிஸ்) நீரிலுள்ள இரும்பானது நீர்ப் பாதைகளிலும் பாத்திரங்களிலும் ஃபெரஜினியஸ் என்னும் நுண்ணுயிரியின் இனப்பெருக்கத்தை அதிகரிக்கும்.

vii) நைட்ரஜன் உள்ள பொருள்கள் (அம்மோனியா, நைட்ரைட் மற்றும் நைட்ரேட் அயனிகள்) கழிவுநீருடன் நீரில் உட்புகுந்து விடுகின்றன. நீரில் நைட்ரேட்டின் செறிவு 50 பிபிஎம்முக்கு மிகும் போது அது இரத்தத்தின் ஆக்ஸிஜனேற்ற செயல் பாட்டைப் பாதிக்கின்றது. (மெத்தெமோ குளோபினிமீயா)

viii) டைபாய்டு, வயிற்றுப்போக்கு, கடுமையான இரைப்பை குடல் அழற்சி, ஆந்த்ராக்ஸ், காலரா போன்றவை நீர் மூலம் பரவுகின்றன. குடிநீரின் கலங்கல் அளவு 0.15 பிபிஎம் முதல் 1 பிபிஎம் வரை அதிரிக்கும்போது 1,00,000 வைரசு கொண்ட தொகுதியில், ஹெப்படைட்டஸ் நோய்க்கிருமியின் அலைவெண் 2.4 முதல் 130 வரை அதிகரிக்கிறது.

ix) கிருமி இனங்கள் மற்றும் அவை உயிர்வாழ்வதற்கான நியதிகள் நீரிலுள்ள பல்வேறு நோய் உண்டாக்கும் கிருமிகளின் இருப்பானது, நீர் சீராக்க முறை, நீரின் வெப்பநிலை, pH ஆகியவற்றின் செறிவைச் சார்ந்துள்ளது.

கிருமி இனங்கள்	நோய்க்கிருமிகள் உயிர்வாழ்வதற்கான வாய்ப்புகள் (மணிக்கணக்கில்)			
	மங்கலான நீர்	ஆறு	கிணறு	நீர்ப் பாதைகள்
டைபாய்டு	2–42	4–183	1.5–107	2–93
வயிற்றுக் கடுப்பு	2–77	12–92	-	15–27
முயல் காய்ச்சல்	75 வரை	7–31	12–60	92 வரை

ஒரு கிலோமீட்டர் தொலைவிற்குள்ளேயே, ஆழ்துளைக் கிணற்றுநீரின் தரம் இயற்பியல், வேதியியல் மற்றும் உயிரியல் பண்புகளைப் பொறுத்து, வேறுபடுகிறது. எனவே எந்தவொரு சீராக்க முறையையும், பொதுவானதாகப் பரிந்துரைக்க இயலாது. அவ்வப்போது நீரை ஆய்வு செய்து பயன்படுத்த வேண்டும்.

6. நீரிலுள்ள அசுத்தங்கள்

தொழிற்சாலைக் குழாய்களில் அரிமானம், செதிள் உண்டாதல் (Scale Formation) ஆகிய வலுவான பாதிப்புகளுக்கு மூலநீர் அதாவது நன்னீரிலுள்ள அசுத்தங்களே காரணமாகும். இன்னும் சில பொருள்கள் நீர் சீராக்கம் செய்யும் முறையின் செயல்திறனையே பாதிக்கக்கூடும். பொதுவான அசுத்தங்களைப் பற்றிப் பார்ப்போம்.

I. மொத்த கரை உப்புகள் (Total Dissolved Solids-TDS):

பல கரை பொருட்கள் நீரில் இருந்தாலும், அவற்றின் மொத்த அளவை மொத்தகரை உப்புகள் (Total Dissolved Solids-TDS) என்ற அளவில் குறிப்பிடுகிறோம். மொத்த கரை உப்புக்களின் அளவு நீரில் 1500 மில்லி கிராம்/

லிட்டர் என்ற அளவிற்கு மிகுந்து இருக்கக்கூடாது. பொதுவாக மொத்த கரை உப்புக்களின் 99 விழுக்காடு கால்சியம், மெக்னீசியம், சோடியம், பொட்டாசியம், பைகார்பனேட், குளோரைடு, சல்பேட், மற்றும் நைட்ரேட் ஆகிய அயனிகளைக் கொண்டது. நீர் கரைக்கும் திறன் கொண்டு இருப்பதால், மின் கடத்தும் திறனையும் கொண்டிருக்கும். எனவே நீர் மின் கடத்தும் திறனை அளந்தால், மறைமுகமாக நீரின் மொத்த கரை உப்புகளின் அளவைக் கணக்கிடலாம். மொத்தகரை உப்புகள் = 0.67 நீரின் கடத்தும் திறன்.

நீரில் கரையும் உப்புகள் 300 மில்லி கிராம்/லிட்டர் என்ற அளவிற்கு கீழாக இருந்தால் அந்த நீர் சுவை உள்ளதாக இருக்கும். மொத்த கரை உப்புக்களின் அளவு 1200 மில்லிகிராம்/லிட்டர் என்ற அளவைத் தாண்டும்போது, நீரின் சுவை ஏற்புடையதாக இருக்காது. மொத்தகரை உப்புகள் மிகமிகக் குறைவாக இருந்தால், அந்த நீர் சுவை அற்றதாக இருக்கும்.

நீரில் குளோரைடு, சல்பேட், மெக்னீசியம், கால்சியம், கார்பனேட் போன்றவை இருந்தால் அந்த நீர், தான் பயணிக்கும் குழாய்களை அழிக்கும் தன்மை உடையதாகவும், உப்பு படியும் தன்மை உடையதாகவும் இருக்கும். இந்திய தர நிர்ணய கழகம் மொத்த கரை உப்புகளுக்கு வழிகாட்டு அளவாக 2000 மில்லி கிராம்/லிட்டர் என்ற அளவை நிர்ணயித்துள்ளது.

சென்னை, செங்கல்பட்டு, திருவள்ளூர், தர்மபுரி, புதுக் கோட்டை, தூத்துக்குடி, கோயம்புத்தூர், திண்டுக்கல், ராமநாதபுரம், சேலம், கரூர், நாமக்கல், பெரம்பலூர், திருவண்ணாமலை, வேலூர், விழுப்புரம், கடலூர் மாவட்டங்கள் அதிக கரை உப்புகளால் ஆன உவர் நீர் கொண்ட மாவட்டங்கள் ஆகும்.

II. கலங்கல் எண் (Turbidity)

மிக சிறிய மண்துகள், தூசி போன்றவை நீரில் இருந்தால், அதற்கு கலங்கிய தன்மை ஏற்படும். தாவரங்களின் கழிவுகள், இறந்த உயிர்களின் உடல் திசுக்களும், நீரிலுள்ள பிற நுண்ணுயிரிகளும் கூட நீரில் கலங்கல் தன்மையை ஏற்படுத்தும். இரும்பு, போன்ற உப்புக்கள் அதிகம் இருந்தாலும், கலங்கல் தன்மை ஏற்படும். தொழிற்சாலைகளிலிருந்து, கழிவுநீர் சேருவது போன்றவைகளால், நீரின் தன்மையும் நிறமும் மாறுதல் அடையும். நீரின் கலங்கல் தன்மை, கலங்கல் எண் என்ற அலகால் அளவிடப்படுகிறது. கலங்கல் எண் நெப்லோ மீட்டர் (Nephlo meter) என்ற கருவியால் அளவிடப்படுகிறது. கலங்கல் தன்மையை ஏற்படுத்தும் துகல்கள் 10 நானோ மீட்டரிலிருந்து 0.01 மில்லிமீட்டர் அளவு கொண்டதாக இருக்கலாம்.

தரைதளத்து, ஆறு, ஏரி, குளம், குட்டைகளில் பெறப்படும் நீர், கலங்கல் தன்மை அதிகம் கொண்டதாக இருக்கும். குளோரின், பிளீச்சிங் பவுடர், புற ஊதாக் கதிர்களால், அதிக கலங்கல் கொண்ட நீரில், நுண்ணுயிரி களை முழுக்க அழிக்க இயலாது. இந்திய தர நிர்ணய கழகம் கலங்கல் எண் 10 என்று வழிகாட்டு, அளவை நிர்ணயித்து உள்ளது. கலங்கல் எண் 1, என்ற அளவிற்கு கீழாக இருந்தால் அது நல்ல தெளிந்த நீர் ஆகும்.

மிகை அழுத்த ஓட்டத்தில் ஒப்பீட்டளவில் துகள்மண்ணுக்கு உயர்ந்த கரையும்தன்மை உள்ளது, குழாய்கள் அல்லது மின் உற்பத்தி நிலைய சுழலியின் (turbine) வழியாகச் செல்லும்போது அழுத்தம் குறைவதால், துகள்மண்ணின் கரையும் தன்மை குறைந்து, சுழலியின் தகடுகளில் படிந்து, சுழலியின் செயல்திறனைக் குறைக்கிறது. எனவே துகள்மண்ணின் செறிவு, குறைந்த வரம்புக்குள் கட்டுப்படுத்தப்படுகிறது.

III. கால்சியம் மற்றும் மக்னீசியம் உப்புகள் தரும் கடினத்தன்மை (Hardness)

நீரைக் கொதிக்க வைக்கும்போது கால்சியம் மற்றும் மக்னீசிய பைகார்பனேட்டுகள் கார்பனேட் செதிள்களைப் படிய வைக்கும். பைகார்பனேட்டுகள் சிதையும்போது கரிவளி உருவாகிறது. இதனால் அவ்விடத்திலேயே அமிலச் செறிவு ஏற்பட்டு அரிமானம் என்னும் பெரிய ஊறு ஏற்படக்கூடும். நீரைக் குளிரூட்டும் முறையில் உயிரின அசுத்தங்களை ஆக்ஸிஜனேற்றம் செய்ய சோடியம் ஹைப்போகுளோரைட்டு பயன்படுத்தப்பட்டால் கால்சியம் கார்பனேட்டு வீழ்படிவாகும்.

சுண்ணாம்பு நிறைந்த மண்ணில் உள்ள நீர், அதிக கடினத்தன்மை கொண்டிருக்கும். கால்சியம், மெக்னீசியம் உப்புக்கள் கடினத்தன்மையை நீருக்கு கொடுக்கிறது. நீரின் கடினத்தன்மை 600 மில்லி கிராம்/லிட்டர் என்ற அளவிற்கு அதிகமாக இருந்தால் சோப்பு நுரைக்காது. மக்னீசியம் சுல்பேட் உப்பு இருந்தால், குடல் இளகி, மலப்போக்கு ஏற்படும். முழுவதும் கடினத்தன்மை அற்ற நீர், அரிப்பு தன்மைக் கொண்டதாக இருக்கும் என்றாலும் இந்த அரிப்பு தன்மை, நீரின் பிஎச், காரத்தன்மை, கரைந்துள்ள ஆக்ஸிஜன் அளவு, ஆகியவற்றைப் பொறுத்து மாறுபடும். நீரில், கால்சியம் கார்பனேட், பைகார்பனேட் ஆகியவை இருந்தால் தற்காலிகமானக் கடினத் தன்மையுடன் இருக்கும். நீரை கொதிக்க வைத்து வடிகட்டுவதன் மூலம் இதனை, நீக்கிவிடலாம். ஆனால் கால்சியம் சல்பேட், கால்சியம் குளோரைடு ஆகியவை இருந்தால், நீர் நிலையான கடினத்தன்மை கொண்டதாக கருதப்படுகிறது. இக்கடினத்தன்மையை எளிதில் அகற்ற முடியாது. அயனி பரிமாற்றம் என்ற தொழில்நுட்பத்தைப் பயன் படுத்தி, இக்கடினத் தன்மையை நீக்கலாம். நீரில் அதிக

அளவு உள்ள பைகார்பனேட், கால்சியம் கார்பனேட் போன்றவை வெண்மையான தூளாக வெளிப்படும். கொதிகலன்களிலும் மற்றும் வீட்டில் பயன்படுத்தப்படும் பாத்திரங்களிலும் வெண்மையான தூளாகப் படியும் தன்மை கொண்டது. கடினத்தன்மை உச்ச அளவு 600 மி.கிராம்/லிட்டர் ஆகும்.

IV. சோடியம்

நீரில் எந்த உப்பு இருந்தாலும் அஃது அரிமானத்துக்கு வழிவகுக்கும். பொதுவாக அரிமானத்தைக் குறைக்க சில கொதிகலன்களில் சோடியம் ஹைட்ராக்ஸைடு பயன் படுத்தப்படுகிறது. இருப்பினும் மிகைச்சூடேட்டி மற்றும் சுழலி இருக்கும் பகுதிகளுக்கு சோடியம் மின்மங்களை எடுத்துச் செல்வதைத் தவிர்த்தால் தகைப்பு அரிமானம் ஏற்படுவதைத் தவிர்க்கலாம்.

சோடியம் உப்புக்கள் அதிக கரைதிறன் கொண்டவையாகும். வீட்டுக் கழிவு நீர், தொழிற்சாலைக் கழிவு நீர், கடற்கரை ஓரங்களில் கடல் நீர் உட்புகுதல், நீரை மென்மையாக்கும் வேதிப் பொருட்கள் ஆகியவை, நீரில் சோடியத்தின் அளவு, அதிகரிக்கக் காரணமாகின்றன. ஒரு மனிதன் சராசரியாக, ஒரு நாளைக்கு 3.6 கிராம் சோடியத்தை, சேர்த்துக் கொள்கிறான். மனித உடலினுள் உயிர் செல்லுக்கு வெளியே இருக்கும் திரவத்தில் (cell plasma), சோடியம் அதிக அளவு இருக்கிறது. இதுவே அங்கு நிகழும் சவ்வூடு (osmosis), செயலைத் தீர்மானிக்கிறது. உடலிலுள்ள நரம்பு மற்றும் ஹார்மோன்களின் மூலமாக சோடியத்தின் அளவு சம நிலையில் வைக்கப்பட்டுள்ளது. சோடியத்தின் அளவு மிக அதிகமாக இருக்கும் போது மத்திய நரம்பு மண்டலம் பாதிக்கப்படலாம். உயர் அழுத்தம் ஏற்படலாம். குழந்தைகளுக்கு ரத்த அழுத்தம் அதிகரிக்கலாம். சோடியம் குளோரைடு மிக அதிக

அளவில் உட்கொண்டால், வாந்தி ஏற்பட்டு, வெளியேற்றப்பட்டுவிடும். ஒருநாளைக்கு 1.6 கிராம் முதல் 9.6 கிராம் என்ற அதிக அளவில் சோடியும் உட்கொள்ளப் பட்டாலும் சராசரி மனிதன் பாதிக்கப்படுவதில்லை. பொதுவாக மனிதனின் உமிழ்நீரிலுள்ள உப்பின் அளவும், நீரில் உள்ள உப்பின் அளவும், ஒரே அளவாக இருந்தால், அந்த நீர் சுவை அற்றதாக உணரப்படும். சுவையின் அடிப்படையில் வழிகாட்டு அளவாக, 200 மி. கி/லிட்டர் என்ற அளவை உலக சுகாதார நிறுவனம் அமைத்துள்ளது.

V. காரத்தன்மை (Alkalinity)

கார்பனின் பை கார்பனேட், ஹைட்ராக்சைடு ஆகிய அயனிகள் காரத்தன்மையை தருகின்றன. பாஸ்பேட், சிலிகேட் ஆகியவையும் காரத்தன்மைக்குக் காரணம் ஆகும். பி.எச். 8.3–க்குக் குறைவாக இருக்கும்போது காரத்தன்மை, பைகார்பனேட் அயணிகளால் ஏற்படுகிறது. பைகார்பனேட் அயனிக்கு (HCO_3^-), மிகவும் விசித்திரமான பண்புகள் உண்டு. இது நீரில் கரைந்துள்ள கரிவளி (CO_2)லிருந்து உருவாகிறது. இது ஒரு மீள்செயல்முறை ஆகும்.

நீரின் நிலைமை		
வெப்பநிலை	குளிர்ச்சி	சூடு
தொடக்கநிலை pH	> 4.0	4.0
எதிர்விளைவு	$CO_2 + H_2O \rightarrow H^+ + HCO_{3^-}$	$HCO_{3^-} + H^+ \rightarrow CO_2 + H_2O$
முடிவுநிலை pH	4.0	> 4.0

இந்திய தர நிர்ணய கழகம், காரத்தன்மைக்கு 600 மில்லி கிராம் / லிட்டர் என்று வழிகாட்டல் அளவை நிர்ணயித்

துள்ளது. அதிக காரத்தன்மை உள்ள நீரை சமையலுக்குப் பயன்படுத்தும்போது, சோறு மஞ்சள் நிறமாக மாறும். காரத்தன்மை உள்ள நீரில்பருப்பும் சரியாக வேகாது.

VI. அலுமினியம் (Aluminiuam)

கலங்கலான நீரை சுத்திகரிக்க அலுமினியம் உப்பு பயன்படுகிறது. எனவே படிகாரத்தை பயன்படுத்தி சீராக்கம் செய்யப்பட்ட, நீரில் அலுமினியம் இருப்பதற்கு வாய்ப்பிருக்கிறது. அதிக அளவு அலுமினியம், உடலிலிருந்து பாஸ்பேட்டை இழக்கச் செய்யும். நீரில் 0.2 மில்லி கிராம்/லிட்டர் என்ற அளவுக்கு மேல் அலுமினியம் இருக்கக்கூடாது.

VII. குளோரைடு (Chloride)

அதிக அளவு குளோரைடு இருந்தால், நீர் உப்பு சுவை கொண்டதாக இருக்கும். கொதிகலன்களில் பயன்படுத்தப்படும் நீரில் அதிக அளவில் குளோரைடு இருந்தால், கொதிகலன் அரிக்கப்பட்டு, துளைகள் உண்டாகும்.

தமிழகத்தில், புதுக்கோட்டை, தூத்துக்குடி, ராமநாதபுரம், நாமக்கல், கடலூர், திருவண்ணாமலை, தஞ்சாவூர், சிவகங்கை ஆகிய மாவட்டங்களில், குளோரைடு தாக்கம் அதிகம்.

VIII. ப்ளோரைடு (Flouride)

கந்தக அமிலம், பாஸ்பேட் உரங்கள், அலுமினியம் தயாரிப்பு தொழிற்சாலையில் இருந்து வரும் கழிவு நீர், ஆகியவை அதிக அளவு ப்ளோரைடு கொண்டிருக்கும். இதனால் அருகாமையில் உள்ள தாழ்தள நீர், ஆழ்தள நீரில் குளோரின் அளவு அதிகமாக காணப்படும். மேலும் பூமியிலுள்ள சிலவகை தாதுப்பொருட்கள் [(fluorspar, CaF_2), (cryolite, Na_3AlF_6), and (fluorapatite,

$Ca_5FO_{12}P_3$)] அதிகமாக இருக்கும்போது புளோரைடு நீரில் அதிகரிக்கலாம்.

பற்சொத்தை ஏற்படாமல் இருக்க புளோரைடு சிறிதளவு நீரில் இருக்க வேண்டியது அவசியம். *0.6* மில்லி கிராம்/ லிட்டர் என்ற அளவில் இருக்க வேண்டும். குறைவாக உள்ள நீரைப் பருகினால் பற்சொத்தை ஏற்படலாம். *1.5* மில்லி கிராம் / லிட்டர் என்ற அளவிற்கு அதிகமாக, உள்ள நீரை பருகினால் புளோரோசிஸ் என்ற நோய் ஏற்படுகிறது. இது எலும்பு மண்டலத்தை சீரழிக்கும்.

இந்தியாவில் ராஜஸ்தான், குஜராத், உத்தரப் பிரதேசம், ஆந்திரபிரதேசம், தமிழ்நாடு ஆகிய மாநிலங்களில், அதிகளவு புளோரைடால் பாதிக்கப்பட்டுள்ளன. தமிழ்நாட்டில் ஈரோடு, சேலம், தருமபுரி, கோயம்புத்தூர், திண்டுக்கல், கரூர், கிருஷ்ணகிரி, நாமக்கல், பெரம்பலூர், புதுக்கோட்டை, ராமநாதபுரம், சிவகங்கை, தேனி, திருவண்ணாமலை, திருச்சிராப்பள்ளி, வேலூர், விருதுநகர் மாவட்டங்கள் அதிகம் பாதிக்கப்பட்டுள்ளன.

IX. தாமிரம் (Copper)

தாமிரம் மனிதர்களுக்குத் தேவையான, ஒரு நுண் சத்து ஆகும். இயற்கையான மூலப்பொருளான செம்பு, பலவிதமான தாதுப்பொருட்களிலும் காணப்படுகிறது. மின் கருவிகள், முலாம் பூசுதல், பித்தளை, வெண்கலம் போன்ற கலப்பு உலோகங்கள் தயாரித்தல் ஆகியவற்றிற்கு பயன்படுகிறது. பாசி, காளான் போன்றவற்றை அழிக்கத் தயாரிக்கப்படும் மருந்துகளில் பயன்படுகிறது. பாதுகாக்கப்படும் வேதிப் பொருட்களிலும் பயன்படுகிறது. அதிக அளவு உட்கொண்டால் உடலில் ஜவ்வு நிறைந்த தோல் பகுதிகளில் எரிச்சல் உண்டாகும். நரம்பு மண்டலத்திலும் எரிச்சல் ஏற்படும். கல்லீரல், சிறுநீரகம் போன்றவை சிதைவடையும்.

X. இரும்பு (Iron)

நுண்ணிய அளவு இரும்பு சத்து, நமக்கு மிகவும் தேவையானது ஆகும். இரத்தத்தில் உள்ள சிவப்பு அணுக்களில் இரும்பு சத்து, இருக்கிறது. உடல் முழுவதும் உயிர்வளியான ஆக்சிஜனை, எடுத்துச் செல்லப் பயன்படுகிறது. ஆழ்தள நீரில் இரும்பு பைகார்பனேட் என்ற நிலையில் இருக்கிறது. இத்தகைய நிலையில் அந்த நீரை இறைத்து, தேக்கி வைத்தால், அது மஞ்சள் பழுப்பு நிறமாக, இரும்பு ஆக்சைடாக, மாறிவிடும். இத்தகைய இரும்பு ஆக்சைடு உள்ள நீரை, ஒருநாளைக்கு தேக்கி வைத்துப், பின் வடிகட்டினால் தூய்மையான நீராக மாறிவிடும். நீரிலிருந்து இரும்பு பாக்டீரியாக்கள் பெருகி, நீரை ஏந்தி செல்லும் குழாய்களில் சிவப்பு மண்ணாகப் படியும். கைப்பம்புகளில் ஆரம்பத்தில் இறைக்கும் நீர், மஞ்சள் சிவப்பு அல்லது பழுப்பு கலந்த செந்நிறமாக இருப்பதற்கு, இந்த இரும்பு பாக்டீரியாவேக் காரணம். நீரில் காற்றைச் செலுத்தினால், இரும்புத் திரிதிரியாகப் பிரிந்து, பின் கலத்தின் அடியில் தங்கி விடும். இதை அகற்றுவதும் எளிதாகும். இரும்பு கலந்த நீர் நல்ல சுவையோடு இருக்காது. இரண்டு மில்லி கிராம்/லிட்டர் என்ற அளவிற்கு இரும்பு இருந்தாலும் நீரின் சுவை சிறிது கசப்பாகவே இருக்கும். இரும்பு கலந்த நீரை வீடுகளில் பயன்படுத்தினால், துணிமணிகள் பழுப்பு நிறமாக மாறிவிடும். நீரில் இரும்பின் அளவு அதிகபட்சமாக ஒரு மில்லி கிராம்/ லிட்டர் என்ற அளவிற்கு மிகக் கூடாது; என்றாலும் 0.3 மில்லி கிராம் என்ற அளவுக்கு மிகாமல் பார்த்துக் கொள்வது மிக மிக நல்லது.

XI. மாங்கனீசு (Manganese)

மாங்கனீசு ஒரு நுண்ணிய சத்துப்பொருள் ஆகும். இரும்பு உள்ள நீரில் சிறிதளவு மாங்கனீசும் இருக்கலாம். இரும்பு போன்றே மாங்கனீசும் துணிமணிகள் மீது

படிந்து, துணியின் வண்ணத்தை மங்கலாக்கிவிடும். நீர் கொண்டு செல்லும் குழாய்களில் படிவுகளை ஏற்படுத்தும். சில நேரங்களில் 0.02 மில்லிகிராம் / லிட்டர் என்ற அளவில் இருக்கும்போது கூட கருப்பு நிறப் பொருளாக வெளிப்பட்டு குழாய்களில் படிந்து நீர் வரத்தை குறைத்துவிடும்.

XII. சல்ஃபேட் (Sulphate)

சல்பேட் உப்புகள், நீரில் கரையும் தன்மை கொண்டவை. நீர் சீராக்கும் நிலையங்களில் படிகாரம் பயன்படுத்தப் படுவதால், சீராக்கம் செய்யப்பட்ட நீரில் 20 முதல் 50 மி.கி/லிட்டர் அளவுக்கு உயர்ந்திருப்பதைக் காணலாம். சல்பேட், குடலில் இருந்து உடலுக்கு அதிக அளவு உறிஞ் சப்படுவது இல்லை. சல்பேட் உப்பு 1000 மில்லி கிராம் / லிட்டர் என்ற அளவில் இருக்கும்போது மெக்னீசியம் சல்பேட் மலக்கழிவை ஏற்படுத்தி வெளியேறிவிடும். சல்பேட் அளவை எடுத்துக் கொண்டால், 400 மில்லி கிராம் / லிட்டர் என்ற அளவில் இருந்தால் மலக்கழிவு ஏற்படலாம். இதுவே சல்பேட்டிற்கான அதிகபட்ச வழிகாட்டு அளவு ஆகும். நீரின் காரத்தன்மை குறைவாக இருக்கும் போது, அதிக அளவு சல்பேட்டு குழாய்களில் அரிப்பை ஏற்படுத்தும்.

XIII. துத்தநாகம் (Zinc)

துத்தநாகம் உடல்நலத்திற்கு தேவையான சத்துப் பொருள் ஆகும். உடலின் செல்கள் செயல்படுவதற்கு பெரிதும் உதவுகிறது. சராசரி மனிதனுக்கு, ஒரு நாளைக்கு 4 முதல் 15 மில்லி கிராம் என்ற அளவிற்கு துத்தநாகம் உடலுக்கு தேவைப்படுகிறது.

துத்தநாக உப்பு குறைந்த கரைதிறன் கொண்டிருப்பதால், அவற்றின் அளவு நீரில், மிக குறைந்த அளவே இருக்கும். முலாம் பூசப்பட்ட குழாய்கள் வழியாக நீர் கொண்டு

செல்லும்போது, துத்தநாகத்தின் அளவு அதிகரிக்கலாம். இரத்தத்தின் அளவு நீரில் மிகுதியாகும் போது வாந்தி, நீரிழப்பு, அடிவயிற்றுவலி, சோம்பேறித்தனம், தசை ஒத்துழைப்பின்மை ஆகியவை ஏற்படலாம். துத்தநாகம் உள்ள நீரில் வெளிர் நீல நிறத்தில் ஒளி பிரதிபலிப்பு காணப்படும். துத்தநாகத்திற்கு அதிக அளவு ஐந்து மில்லி கிராம் / லிட்டர் ஆகும்.

XIV. வெள்ளி (Silver)

முலாம் பூசுதல், புகைப்படம் எடுத்தல், பல வகை உலோக கலவைகள் தயாரித்தல், மின்சாதனங்கள், பூஞ்சை அழிப்பான்போன்றவற்றில் வெள்ளி பயன் படுத்தப் படுவதால், தண்ணீருடன் கலந்து வர வாய்ப்பிருக்கிறது. உடலுக்குள் செல்லும் வெள்ளி மலத்தின் வழியே அகற்றப்பட்டுவிடும். தோல், முடி, நகம் போன்றவற்றை நீரில் கரைந்துள்ள வெள்ளி நிறம் இழக்கச் செய்யும்.

XV. ஆர்சனிக் (Arsenic)

மிக அதிக அளவில் உட்கொள்ளப்பட்டால், மையநரம்பு மண்டலம் பாதிக்கப்பட்டு நினைவற்ற நிலைக்கு தள்ளிவிடும். 70 மில்லி கிராம் அளவைத் தாண்டும்போது இறப்பு நிகழும். தொடர்ந்து ஆர்சனிக் உள்ள நீரைப் பருகினால், பசி உணர்வை இழக்க நேரிடும். தோல் கேன்சர் வியாதியும் வருகிறது.

3 லிருந்து 6 கிராம்/லிட்டர் என்ற அளவில் உள்ள நீரைத் தொடர்ந்து பருகிவந்தால், அந்நீர் நஞ்சாக மாறி, உயிரிழக்கக் காரணமாகிவிடும். அனுமதிக்கப்படும் ஆர்சனிக் 5 மில்லி கிராம்/லிட்டர் என்ற அளவாகும். இந்தியாவில் மேற்கு வங்க மாநிலத்தின் பெரும்பகுதியில், தாழ்தள நீரை ஆர்சனிக் வெகுவாக பாதித்துள்ளது.

XVI. குரோமியம் (Chromium)

தொழிற்சாலைகள் இருக்கும் இடங்களில், தாழ்தள் நீரிலும், ஆழ்தள நீரிலும் குரோமியம் காணப்படுகிறது. குறைந்த அளவில் குரோமியம் இருந்தாலே, குடலில் எரிச்சல் ஏற்படும். ஒருவரின் உடல் எடையில் ஒரு கிலோவிற்கு *10* மில்லி கிராம் என்ற அளவில் குரோமியம் இருந்தால் இறப்பு நிகழும். குரோமியம் கலந்த நீர் உடலில் படும்போது தோல் தொடர்புடைய வியாதிகள் ஏற்படும். இந்த நீரை உட்கொள்ளும் போது செரிமானம் தொடர்புடைய உறுப்புகளில் தொற்று வியாதி ஏற்படும்.

XVII. சயனைடு (Cyanaide)

மிகவும் நச்சுத்தன்மை உடையது. ஐம்பதிலிருந்து, அறுபது மில்லி கிராம் அளவுள்ள சயனைடை ஒருவேளயில் உட்கொண்டால், உடனடியாக இறப்பு நிகழும். ஒரு லிட்டர் நீரில் *0.05* மில்லி கிராம் என்ற அளவிற்கு அனுமதி அளிக்கப்பட்டுள்ளது

XVIII. ஈயம் (Lead)

ஈயத்தால் செய்யப்பட்ட குழாய்கள் வழியாகநீர் எடுத்துச் செல்லப்படும் போது நீரில் ஈயம் கரைகிறது. உடலில் உறிஞ்சப்படும் ஈயம், திசுக்கள் மற்றும் எலும்புகளில் சிற்து சிறிதாக சேமிக்கப்பட்டு, கடைசியில் சோர்வு, தளர்வு, எரிச்சலுடன் இரத்தசோகை, அடிவயிற்றுப் பகுதியில் வலி முதலிய சிக்கல்களைத் தரும். குழந்தைகளின் நடத்தையில் மாற்றம் ஏற்படும்

XIX. நைட்ரேட் (Nitrate)

நைட்ரேட் உடலை சென்றடையும் போது நைட்ரைட் ஆக மாறுகிறது. இது ரத்தத்தில் உள்ள சிவப்பணுக்களில் உள்ள இரும்பை நீக்கிவிடுகிறது. இதனால் இரத்தம் நீல

நிறமாக மாறிவிடும். ஆறு மாதத்திற்கு கீழ் உள்ள குழந்தைகள் நைட்ரேட் கலந்த நீரைப் பருகுவதால் வெகுவாக பாதிக்கப் படுகிறார்கள். அவர்கள் உடல் நீல நிறமாக மாறி, இறக்கவும் நேரிடும். (எனினும் தாய்ப்பால் குடிக்கும் குழந்தைகளை நோய் பாதிப்பதில்லை).

கீழ்கண்ட மாவட்டங்களில் நைட்ரேட் 45 மிகி/லி என்ற அளவுக்கு மேல் உள்ளது.

சென்னை, கோயம்புத்தூர், கடலூர், தர்மபுரி, திண்டுக்கல், ஈரோடு, காஞ்சீபுரம், கன்னியாகுமரி, கரூர், மதுரை, நாமக்கல், நீலகிரி, பெரம்பலூர், புதுக்கோட்டை, ராமநாதபுரம், சேலம், சிவகங்கை, தேனி, திருவண்ணாமலை, திருவாருர், திருவள்ளூர். விழுப்புரம், விருதுநகர்.

XX. துர்நாற்றமுள்ள நீர்

- ஊசல் வாடை:

இது ஒரு குறைந்த அளவிலான வாசனை. இதைத் தீர்க்க வீட்டிலுள்ள தூண்டப்பட்ட கரி (activated carbon), வடிப்பானே போதுமானது. எங்கிருந்து குடிநீரைப் பெறுகிறீர்களோ அந்த நீர்ப்பாதையில், இவ்வகையான வடிப்பான்களை வைக்கலாம். நீர்ப்பாதையின் தொடக்கத்தில், ஒரு வடிகட்டியை வைப்பதன்மூலம், வீடு முழுவதிலும் பயன்படுத்தப்படும் நீரை வடிகட்டிவிடலாம். கார்பன் வடிப்பான்கள் நீரிலுள்ள உயிரினங்களையும் நுண்ணுயிரிகளையும் நீக்கும். அவ்வப்போது, முறையான மாற்றீடு செய்ய வேண்டும், அதாவது, பழையதை மாற்றி, புதியதாக பொருத்திக் கொள்ள வேண்டும்.

- வலுவான, அழுகிய–முட்டை வாசனை:

சிதைந்து அழுகிப்போய் நிலத்தடியில் தங்கியுள்ள கரிமப் பொருள்களின் விளைவாகவே, நீரில் வலுவான அழுகிய முட்டை நாற்றம் ஏற்படுகிறது. நீரானது மேற்பரப்பிற்கு

இழுக்கப்படும்போது ஹைட்ரஜன் சல்பைடு வளி, வெளியாகி வளிமண்டலத்திற்கு வருகிறது. மிகைச் செறிவுடன் இருக்கும்போது இந்த வளியானது, எரியக்கூடியதாகவும் நச்சுத்தன்மையுடையதாகவும் விளங்குகிறது. இது வெள்ளியை விரைவாக மங்கச்செய்து கறைபடுத்துகிறது. இது மீன் காட்சியகத்திலுள்ள மீன்களுக்கும் நஞ்சாகும்.

XXI. கறையுண்டாக்கும் நீர்

நீரிலுள்ள இரும்பினாலேயே பொதுவாக சிவப்புக் கறைகள் ஏற்படுகின்றன. நீரிலுள்ள இரும்பின் வகையையும் அளவையும் சோதித்து அறிய வேண்டும். சில வகைகள் ஆக்ஸிஜனேற்றம் அடைந்தும், கரையக்கூடியதாகவும், கூழ்ம மாகவும் நுண்ணுயிரி அல்லது கரிமப் பிணைப்புடையதாகவும் இருக்கின்றன.

1. இரும்பின் மெல்லிய நெகிழ் வடிவம்

பொதுவாக இவ்வகை இரும்பு தரைதள நீரிலேயே காணப்படுகிறது. குழாயிலிருந்து முதலில் வெளிவரும் நீரில், இத்தகைய சிவப்புப் பொருள்கள் உள்ளன. ஒரு சன்னமான வடிகட்டியின் மூலம் இவ்வகை இரும்பை எளிதாக அகற்றிவிடலாம். மணலும், கார்பனும் கொண்ட ஒரு வடிகட்டி இதற்கு ஒரு சிறந்த தீர்வாகும்.

மற்றொரு நீக்க முறையாக துகள் திரட்டும் வேதிப் பொருளை (coagulant) நீரில் சேர்க்கலாம். இதனால் சிறு இரும்புத் துகள்கள் ஒன்று திரண்டு தொட்டியின் அடியில் தங்கிவிடும். இவற்றை வெளியே பீய்ச்சியடித்து விடலாம்.

2. கரையக்கூடிய இரும்பு

கரையக்கூடிய இரும்பு 'தெளிவு நீர்' இரும்பு என்று அழைக்கப்படுகிறது. கிணற்றிலிருந்து எடுக்கப்பட்டு

காற்றைத் தொடர்பு கொண்டவுடன் இவ்விரும்பு ஆக்ஸிஜனேற்றம் அல்லது 'துருப்பிடித்து' செம்பழுப்புநிற துகள்களை நீரில் தோற்றுவிக்கிறது. நீரிலுள்ள இரும்பின் அளவைப் பொறுத்து ஒரு நீர் பக்குவப்படுத்தியையோ (conditioner) அல்லது ஒரு வடிப்பானைக் கூட்டாகப் பயன்படுத்தியோ இச்சிக்கலைத் தீர்க்கலாம்.

குளோரின் அல்லது பொட்டாசியம் பெர்மாங்கனேட் மூலம் மீள்நிரம்பக்கூடிய இரும்பு வடிப்பானைப் பயன் படுத்தலாம், அல்லது இரும்பை ஆக்ஸிஜனேற்றம் செய்யக் கூடிய வேதிப்பொருள்களை உள்ளீடு செய்து பின் இயந்திர வடிப்பானைக் கொண்டு வடிகட்டலாம்.

2. இரும்பு நுண்ணுயிரிகள்

இரும்பு நுண்ணுயிரிகள் இருப்பதாக ஐயமுற்றால், கழிப்பறை வெளியிறக்க நீர்த்தொட்டியில் (flush tank) சிவப்பு அல்லது பச்சைநிற சேறு உருவாகியுள்ளதா என்று பாருங்கள். ஐயத்தை உறுதிப்படுத்த இச்சேற்றில் ஒரு மாதிரியை எடுத்து அதனை உள்ளூர் நகராட்சி / தலைநகர குடிநீர் வழங்கு துறைக்கு அனுப்பி பகுப்பாய்வு செய்யுங்கள்.இரும்பு நுண்ணுயிரிகள் என்பவை நீர், குழாய்கள் மற்றும் கொள்கலன்களில் உள்ள இரும்பை உண்டு வாழும் உயிரினங்கள் ஆகும். அவை நீர் ஓட்டப் பாதையில் சேறு உண்டாக்குகின்றன. இவ்வாறு சேர்ந்து போகும் சேறு எப்போதாவது உடைந்து நீர் மிகவும் கலங்கலாகத் தோன்றக் காரணமாகின்றது.

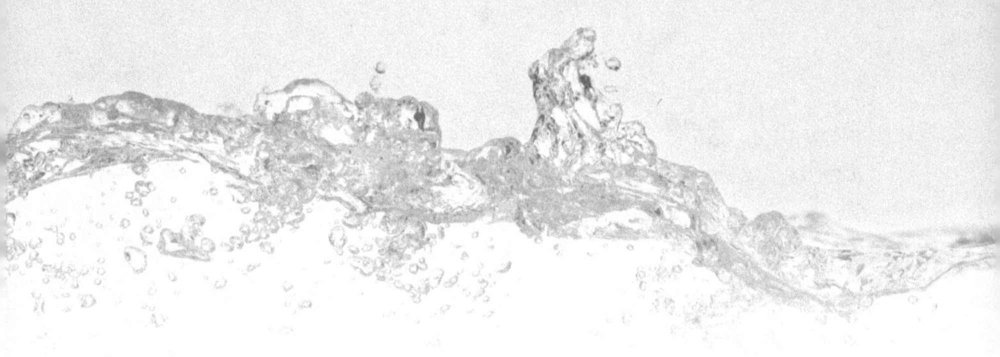

இயல் 3

நீர் ஆய்வும், நீரை சீராக்கும் முறைகளும்

1. நீரை எப்போது ஆய்வு செய்ய வேண்டும்?

குடிநீர், நகராட்சி குடிநீர் வழங்கு அமைப்பால் வழங்கப்படுவதாக இருந்தால் அந்நீர் முறையான அடிப்படையில் ஆய்வு செய்யப்படும் என்று உறுதி செய்து கொள்ளலாம். குடிநீர் சேவை வழங்கப்படும் மக்களின் எண்ணிக்கையைப் பொறுத்து ஆய்வுக் கால இடைவெளி அமையும். வாரம் ஒருமுறை ஆய்வு செய்வது நன்று. மாதம் ஒருமுறைக்குள் ஆய்வு செய்வது அவசியம்.

வீட்டுக்கென்று தனியாக ஒரு கிணறு இருந்தால், குடும்பத்தினர் குடிக்கவும், குளிக்கவும் தேவையான நீருக்கு, நீங்களே பொறுப்பாகிறீர்கள். ஆறு மாதங்களுக்கு ஒருமுறை உள்ளூர் நகராட்சி ஆய்வகத்தில், கிணற்று நீரில் நுண்ணுயிரி அல்லது நைட்ரேட்டு இருக்கின்றதா என்று ஆய்வு செய்துப் பார்க்கும்படி பரிந்துரைக்கப்படுகிறது.

கிணற்று நீரில் பூச்சிக்கொல்லிகள், களைக்கொல்லிகள், கனிமங்கள், கரிம மற்றும் கரிமம் அல்லாத வேதிப் பொருள்கள் மற்றும் ஆவியாகும் பொருள்கள் உள்ளனவா என்று முறையாகப் ஆய்வு செய்யப்பட வேண்டும். செப்புக்குழாய்களிலுள்ள சிறிதளவு ஈயம் எளிதில் கரைந்து, நீரை மாசுபடுத்துகிறது. இது சிறு குழந்தைகளுக்குக் கேடு விளைவிப்பதாகும்.

உண்மையில், இயற்கையான நீர் இயற்கையான காற்று போன்ற இயற்கையான சூழலை காத்துக்கொண்டே, பெருகி வரும் மக்களின் உணவு, ஊடை, தேவைகளை இருப்பிடத் தொழில்நுட்ப வளர்ச்சியோடு நிறைவேற்ற வேண்டும்.

2. குடிநீரின் பண்புகள்

வ. எ.	அளவுருக்கள்	அலகுகள்	ஏற்பு எல்லைகள்*	விரும்பத் தக்கவை**	ஆழ் தள நீர்
1	PH	6.5–8.5	6.5–8.5	6.5–8.5	6.5–8.5
2	கடத்துத்திறன்	மைக்ரோமோ/ செ.மீ.	–	–	–
3	கரைந்துள்ள மொத்த திடப் பொருள்கள்	பிபிஎம்	500	500 (அதிக பட்சம்)	300–2400
4	கலங்கல்	NTU	5	2 (அதிக பட்சம்)	2–8
5	ஃபெனோல்ப்தலின் காரத்தன்மை	CaCO3 ppm	–	–	–
6	மீதைல்–ஆரஞ்சு காரத்தன்மை	Ca CO 3 ppm	200	100 (அதிக பட்சம்)	1200
7	மொத்த கடினத்தன்மை	Ca CO3 ppm	300	110 (அதிக பட்சம்)	260–800

வ. எ.	அளவுருக்கள்	அலகுகள்	ஏற்பு எல்லைகள்*	விரும்பத் தக்கவை**	ஆழ் தள நீர்
8	கால்சியம் கடினத்தன்மை	Ca ppm	75	75 (அதிக பட்சம்)	140–600
9	மெக்னீசியம் கடினத்தன்மை	Mg ppm	30	30 (அதிக பட்சம்)	140–500
10	குளோரைடு	cl ppm	250	150 (அதிக பட்சம்)	60–600
11	சல்பேட்	SO_4 ppm	250	100 (அதிக பட்சம்)	60–500
12	சிலிக்கா	SiO_2 ppm	–	–	4–15
13	நைட்ரேட்	NO_3 ppm	45	45 (அதிக பட்சம்)	–

இந்த அட்டவணை, இந்தியாவில் சென்னையிலுள்ள பல்வேறு (கனிம / குடி) நீர் வழங்கும் தொழிற்சாலைகளின் அளவீட்டின்படி தயாரிக்கப்பட்டது.

3. காப்பிக்குச் சிறந்த நீர் எது?

- *அனைத்து நுண்ணுயிரிகளும் அகற்றப்பட்டதாக இருக்கவேண்டும்.*
- TDS *(மொத்தக் கரைப்பொருள்கள்) 60 முதல் 100 பிபிஎம் வரை (பாகங்கள் / மில்லியன்)*
- *கடினத்தன்மை* < 70 *பிபிஎம்*
- *குறைந்த சோடியம் உள்ள நீர், அதாவது 10 மி.கி / லிட்டர் அளவு மிகாமல் இருக்கவேண்டும்.*
- *நன்னிலை* pH (pH = 7.0)
- *இரும்பு, மாங்கனீசு மற்றும் தாமிரம் ஆகியவை 0.02* ppm-*க்கும், குறைவாக உள்ள நீர்.*

4. மண்ணும் நீரும்

மழை அறுவடைக்கு மரங்கள் வேண்டும். மரங்கள் செழிக்க மணவளம் வேண்டும். குறைந்த நீர் ஊடுருவும் தன்மையுள்ள மண், அதிக நீர் ஊடுருவும் தன்மையுள்ள மண், அடிமண் இறுக்கம், மேல்மண் இறுக்கம், புதை மண், அமில மண், களர் மண் மற்றும் உவர் மண் போன்றவை ஆழ்தள நீரின் பண்புகளைத் தீர்மானிக் கின்றன.

மண்ணிலுள்ள கனிமங்களின் தன்மை மற்றும் அளவைப் பொறுத்து மண்ணின் நிறம் மாறுபடும்.

மக்கிய அங்ககப்பொருள் நிறைந்த மண் கருமை நிறத்திலும், இரும்பபுச்சத்து நிறைந்த மண் சிவப்பு நிறத்திலும், நீரேற்றம் பெற்ற இரும்புச் சத்துள்ள மண் மஞ்சள் நிறத்திலும், வடிகால் வசதி குறைந்த மண் நீலநிறத்திலும் இருக்கும்.

குறைந்த நீர் ஊடுருவும் தன்மையுள்ள மண் (Slow Permeable Soil)	
களிமண் விழுக்காடு அதிக மாக இருக்கும் மண்ணில் நீர் உட்புகும் திறன் குறைந்து, மேற்பரப்பில், நீர்தேங்கியிருக்கும் அல்லது வழிந்தோடிவிடும். இந் நீரோட்டத்தால் சத்துள்ள மேல் மண்ணும் அரித்து செல்லப்படும்.	ஆற்று மணல், அல்லது மணற்பாங்கான செம்மண் இடுவதன் மூலம் களித் தன்மையை குறைக்கலாம்.

அதிக நீர் ஊடுருவும் தன்மையுள்ள மண்	
மணல் அளவு 70 விழுக்காட்டிற்கும் அதிகமாக இருந்தால் மழைநீர் அடிகண்டங்களுக்கு வடிந்து சென்று விடும். இம்மண்ணுக்கு அடியில் மழைநீர் அதிக அளவில் சேமித்து வைக்கப்படும். காடுகள் இல்லை என்றால், இது போன்றப் பகுதிகளில் மழை அளவு குறைவாக இருக்கும்.	கரிம உரங்களான தொழுஉரம், கம்போஸ்ட் அல்லது பசுந்தாள் உரங்களை இடலாம். இம்மண்ணின் தரத்தை பொறுத்து களிமண்ணை ஒரு எக்டருக்கு 100 டன் வரை இட்டு மண் நயத்தை மாற்றலாம். மரக்கன்றுகளை நட்டு மழையை அறுவடை செய்யலாம்.
அடிமண் இறுக்கம் (Subsoil Hardening)	
இது அடிமண்ணில் களிமண், இரும்பு, அலுமினிய ஆக்ஸைடு மற்றும் கால்சியம் கார்பனேட்டுடன் சேர்ந்து இறுக்கம் அடைவதால் ஏற்படும் சிக்கலாகும். மண்ணிண் அடர்த்தி 18கி/கன செ.மீ. க்கு மேல் இருக்கும். இம்மண்ணில் நீர் உட்புகும் திறன், நீர் பரவும் திறன், காற்றோட்ட வசதி, ஊட்டச்சத்து பரவும் திறன் குறைவாய் இருக்கும்.	இம்மண்ணை சீராக்கம் செய்ய 0.5 மீட்டர் ஆழத்தில் 2–3 ஆண்டுகளுக்கு தொடர்ந்து உழவு செய்ய வேண்டும்.

மேல் மண் இறுக்கம் (Surface Crusting)	
சூழ்ம இரும்பு, அலுமினிய ஆக்ஸைடுகள் மண் துகள்களுடன் இணைந்து, மண் காயும்போது மேல் மண் இறுக்கமாகின்றது. இதனால், விதை முளைப்புத்திறன் மற்றும் வேர் வளர்ச்சி பாதிப்பு குறைந்தநீர் உட்புகும் திறன், மேல் மண்அரிப்பு, வேர்மண்டலத்தில் காற்றோட்ட வசதி குறைபாடு முதலியவை ஏற்படும்.	இம்மண்ணை நிவர்த்தி செய்ய மண்ணை தகுந்த ஈரப்பதத்தில் உழவு செய்ய வேண்டும். சுண்ணாம்பு ஒரு எக்டருக்கு 2 டன் என்ற அளவில் இட்டு உழவு செய்ய வேண்டும். அதிக அளவு அங்கக உரங்களை இடவேண்டும்.
அமில மண் (Acid Soil)	
அதிக மழைப்பிரதேசங்களிலும், நிலத்தின் சரிமானம் அதிகமுள்ள பகுதிகளிலும் மழைநீரால், கால்சியம், மெக்னீசியம், பொட்டாசியம், சோடியம் அயனிகளின் இழப்பீடு ஏற்பட்டு ஹைட்ரஜன் அயனிகளின் செறிவு மிகுந்த அமிலமண் உண்டாகிறது. இதன் கார அமில நிலை 6.5க்கும் குறைவாக இருக்கும்.	அமிலமண்ணை சீர்திருத்த கால்சியம் கார்பனேட் (CaCO) அல்லது கால்சியம் ஆக்ஸைடு (CaO) அல்லது கால்சியம் ஹைட்ராக்சைடு (Ca (OH) ஆகியவற்றில் ஏதாவது ஒன்றினை இட்டு ஹைட்ரஜன் அயனிகளை அகற்றுவதன் மூலம் நிலத்தை வளப்படுத்தலாம்.

களர்மண் (Sodic Soil)	
கார்பனேட் மற்றும் பைகார்ப னேட் உப்புக்கள் அதிகமாக காணப்படுவதால், ஒழுங்கற்ற காரமும், அமிலமும் கொண்ட மண்ணாக இருக்கும். நீர் உட்புகும் தன்மை குறைந்து நீர் தேங்கி நிற்கும். மண்ணில் குறைந்த காற்றோட்டம் நிலவும். மேல் மண் இறுக்கம் அதிகரிக்கும். நுண்ணுயிரி களின் செயல்திறன் குறையும். தழை, மணி, இரும்பு மற்றும் துத்தநாக சத்துக்கள் இம்மண் ணில் குறைவாக இருக்கும்.	களர் நிலத்தை சரிவுக்கேற்ப சமன் செய்து சிறுசிறு பகுதிகளாக பிரித்து வடிகால்களை அமைக்க வேண்டும். மண் பரிசோதனை பரிந்துரைப்படி ஜிப்சம் இட்டு நீர் பாய்ச்ச வேண்டும். நீர் வடிந்த பிறகு மறுபடியும் நீர் பாய்ச்சி உழுது வடிய விடவேண்டும். இவ்வாறு மூன்று அல்லது நான்கு முறை செய்ய வேண்டும். பசுந்தாள் உரம், கம்போஸ்ட் முதலிய கரிமப் பொருட்களை மண்ணில் இட்டு நன்கு உழவு செய்ய வேண்டும்.
உவர் மண் (Saline Soil)	
நீரில் கரையும் தன்மையுடைய உப்புக்களான சோடியம் குளோரைடு மற்றும் சோடியம் சல்பேட்டை அதிக அளவில் கொண்டிருக்கும் மண் உவர் மண்ணாகும். மண்ணின் மேற்பரப்பில் வெண்ணிற உப்பு பரவி காணப்படும். பயிர்களின் நீர் உறிஞ்சும் திறன் பாதிக்கப்படும். பயிருக்கு சரியான அளவில் ஊட்டச்சத்து கிடைக்காது. நுண் ணுயிர்களின் எண்ணிக்கை மற்றும் அவற்றின் செயல்திறன் குறையும்.	தரமான பாசன நீரை பயன்படுத்தி உப்பை வெளியேற்ற வேண்டும். கரிம உரங்களை மண்ணில் இடலாம். அதிக அளவு தழைச் சத்தினை இடவேண்டும். சொட்டு நீர் பாசனம் அமைப்பதன் மூலம் உவர்தன்மையின் பாதிப் பினைக் குறைக்கலாம்.

5. தமிழர்களின் நீர் சீராக்கும் முறைகள்

கருங்கல்லால் ஆன குமிழி

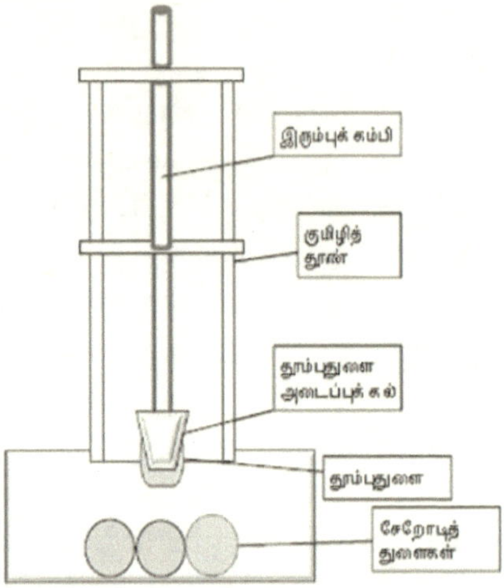

குமிழி அமைப்பு

குமிழி – தமிழர்களின் தூர்வாரும் தானிப்பொறியியல். ஏரி, குளம், கண்மாய் போன்ற நீர்நிலைகளுக்கு மழை, வாய்க்கால், ஓடைகளின் வழியே நீர்வரும்போது நீரோடு, வண்டலும் சேர்ந்தே வரும். நீர்நிலைகள் தூர்ந்து போவதற்கு இது முக்கியமான காரணம். குமிழிகள், நீரை வெளியேற்றுவதோடு, ஏரி, குளம், கண்மாய்களுக்குள் வாய்க்கால்களில் வந்துவிழும் வண்டல்களையும் அகற்றிவிடும். குமிழிகள் ஏரிக்கரையில்

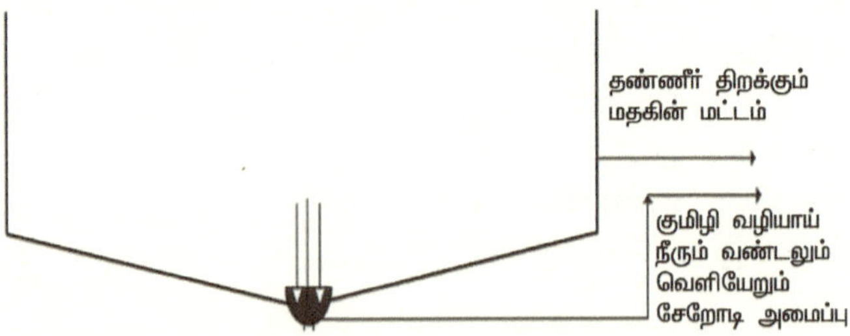

மதகுகளைப்போல அமைக்கப்படுவதில்லை. ஏரிக்கரை யிலிருந்து 200–300 அடிகள் தள்ளி ஏரிக்குள்ளே அமைக்கப்படுவது குமிழி. ஏரியின் தரைமட்டத்தில் வலிமையான கற்தளம் அமைத்து, அதனடியில் கருங்கற்களால் ஆன தொட்டியை வடிவமைப்பார்கள். தொட்டியின் மேற்பாகத்தில் நீர் போவதற்கான பெரிய "நீரோடித்துளை" இருக்கும். தொட்டிக்கடியில் அதே அளவில் துளைபோட்டு, அதனை சுரங்கக்கால்வாயால், ஏரிக்கு வெளியில் இருக்கும் பாசனக்கால்வாயோடு இணைத்துவிடுவர்.

தொட்டிக்குள் நீர்போவதற்கான துளையை மூடவும், தேவையான அளவு திறக்கவும் பயன்படும் தூம்புக்கல்லை (conical stone valve) மேலும் கீழும் இயக்குமாறு கற்சட்டகம் உண்டு. அந்தக்கற்தொட்டியின் பக்கவாட்டிலே உள்ள சிறுதுளைகளுக்கு "சேறோடித்துளை" (desilting system) என்று பெயர்.5 சேறோடித்துளைவழியே, ஊருணியின் அடிமட்டத்தில் இருக்கும் கலங்கியசேறு இழுபடும். இந்தச்சேறும் நீரோடு சேர்ந்து, கால்வாய்க்குச் சென்று விடும்.

6. நீரின் தரத்தை காப்பாற்றிய உலக அறிவு

இந்தியாவில் உள்ள தமிழர்கள் ஊருணிகள் எனப்படும் சிறிய ஏரிகளிலிருந்து கிடைக்கும் சேற்றுநீரைத் தெளிவிக்க தேற்றாங்கொட்டையைத்தான் ஆயிரக்கணக்கான ஆண்டு களாகப் பயன்படுத்துகின்றனர். பண்டைய எகிப்தில் நைல் நதி நீரானது பெரிய ஜாடிகளில் சேகரிக்கப்பட்டது. அந்நீரிலுள்ள சேறு மற்றும் துகள்கள் அடியில் தங்கி நீர் தெளிவடைந்தபின் ஜாடிகளிலிருந்து தெளிந்த நீர் உறிஞ் சப்பட்டது. கிரேக்கத்தில் மருத்துவத்தின் தந்தையான ஹிப்போக்கிரேட்டசின் வழிகாட்டுதலின்படி நீர் கொதிக்க வைக்கப்பட்டு சீராக்கம் செய்யப்பட்டது. இந்த சீராக்க

முறையினால் நீர் தெளிவானதாகவும், சுவையானதாகவும் மாறியது. இருப்பினும், நீர் நுண்ணுயிரிகளிலிருந்து விடுபடவில்லை. பின்னர் விலைமதிப்பற்ற உயிரைக் காப்பாற்ற குளோரின் கை கொடுத்தது. 1902 ஆம் ஆண்டில்தான் முதன்முறையாக பெல்ஜியத்தில் குளோரின் சீராக்க முறை பயன்படுத்தப் பட்டது. அதன்பின் மற்ற நாடுகளும் அதைப் பின்பற்றின.

7. பொதுவாக நீரில் காணப்படும் மாசுகளும், அவற்றின் விளைவுகளும், அவற்றை நீக்கும் முறைகளும் பின்வருமாறு:

மாசுகள்	விளைவு	நீக்கும் முறை
கலங்கல்	குழாய்கள் மற்றும் கருவிகளை அடைக்கும். மின்மப் பரிமாற்றப் பசை மற்றும் RO சவ்வுகளைத் திணறடிக்கும்.	உறையவைத்தல், படியவைத்து வடிகட்டுதல்
நிறம்	நுண்ணுயிரிகள் இருப்பதற்கான அறிகுறி, இரும்பு முதலியவை	உறையவைத்தல், படிவித்து வடி கட்டல், அதன்பின் தூண்டப்பட்ட கரிமத்தில் வடிகட்டல்
கிருமி	கிருமிகளின் வகை யைச் சார்ந்தது. அரிமானத்தை ஏற்படுத்தக்கூடும். RO சவ்வுகளுக்கு ஊறு விளை விக்கும்.	உறைய வைத்தல், மீவடித்தல், பாசிகச் செயற்பாடு, புற செந்நீலக் கதிர்வீச்சு

இரும்பு	செந்நீர், அரிமானம், படிவு, சாயமேற்றுதல், வெளுத்தல் ஆகியவற்றில் குறுக்கீடு	காற்றோட்டம், உறைய வைத்தல், வடிகட்டுதல், மங்கனீசு, நுங்குக்கல் வழியே வடிகட்டுதல்
பி.எச். (pH)	மிகை பி.எச். அல்லது குறை பி.எச். இரண்டுமே அரிமானத்தை ஏற்படுத்தும்.	அமிலம் அல்லது காரம் சேர்த்து, நன்னிலை நீராக்குதல்.
கால்சியம், மக்னீசியம் (கடினத் தன்மை)	செதிள் உருவாதல், சோப்பைக் கரைப்பதில் கடினம், சாயமேற்றுதலில் குறுக்கீடு, பிற செயல்பாடுகளிலும் ஊறு விளைவிக்கும்.	மின்மப் பரிமாற்றம், சுண்ணாம்புச் சோடா
சோடியம்	குறைவான செறிவாற்றலில் தீமை செய்யாது. TDS அதிகரிக்கும் போதும் செறிவாற்றல் அதிகரிக்கும்போதும் அரிமானத்தைத் தூண்டும்.	நேர்மின்மப் பரிமாற்றம் மறுதலைச் சவ்வூடு பரவல்

பைகார்ப னேட்டுகள். கார்ப னேட்டுகள், காரத் தன்மை, ஹைட்ராக் ஸைடு	அரிமானம், நுரைத்தல் மற்றும் இடம் பெயர்தல்	•அமிலம் சேர்த்தல் •மென்னமிலங் களின் நேர்மின் மத்தைக்கொண்டு மின்மப் பரிமாற்றம்
சல்பேட்டு	கால்சியத்துடன் சேரும்போது செதில்கள் உண்டாதல், இந்த நீர் கட்டுமானங் களுக்கு ஊறு விளைவிக்கும்	•மின்மப் பரிமாற்றம் •மறுதலைச்சவ்வூடு பரவல்
குளோரைடு	அரிமானம்	• மின்மப் பரிமாற்றம் • மறுதலைச் சவ்வூடு பரவல்
நைட்ரேட்டு	வழக்கமாக நன்னீரில் காணப்படுவதில்லை. உணவு பதப்படுத்துதலில் ஊறு விளைவிக்கும்.	• மின்மப் பரிமாற்றம் • மறுதலைச் சவ்வூடு பரவல்
துகள்மண்	கருவியின் மீது செதில்கள் உண்டாகிப் படிதல்.	மின்மப் பரிமாற்றம்

கார்பன் டை ஆக்ஸைடு	அரிமானம்	திறந்தவெளி காற்றோட்டம், வளிமநீக்கம்.
ஹைட்ரஜன் சல்பைடு	அரிமானம்	காற்றோட்டம், மாங்கனீசு அல்லது நுங்குக்கல் வழியே வடிகட்டுதல்
ஆக்ஸிஜன்	அரிமானம்	• காற்று அகற்றல் • சோடியம்
அம்மோனியா	சிறப்பாக தாமிரம் மற்றும் துத்தநாகத் தினால் ஏற்படும் அரிமானம்	• காற்றோட்டம் • அம்மோனியா அயனி வடிவத்தி லிருக்கும்போது நேர்மின்ம பரிமாற்றம்.
விடுவிக்கப்பட்ட குளோரின்	அரிமானம்	• வேதிப் பொருள்களைச் சேர்ப்பதனால் • தூண்டப்பட்ட கரிமம்

பல பயன்பாடுகளுக்கு, கடின நீர் ஒரு பொருட்டல்ல. எடுத்துக்காட்டாக, தீயை அணைப்பது, புல்வெளிகளுக்கு நீரூற்றுவது, தெருக்களிலுள்ள சேற்றைக் கழுவித்தள்ளுவது அல்லது உங்கள் படகை மிதக்கச் செய்வது ஆகிய செயல்பாடுகளில் கடின நீரைப் பயன் படுத்துவதில், சிக்கல் இல்லை.

ஆனால் குளிப்பது, பாத்திரங்களைக் கழுவுவது, துணிகளைத் துவைப்பது, முகச்சவரம் செய்வது, காரைச்

சுத்தம் செய்வது போன்ற ஏனைய அநேகப் பயன்பாடுகளில் மென்னீரைப் போன்ற தன்மையும், திறமையும், கடின நீருக்கு இருப்பதில்லை.

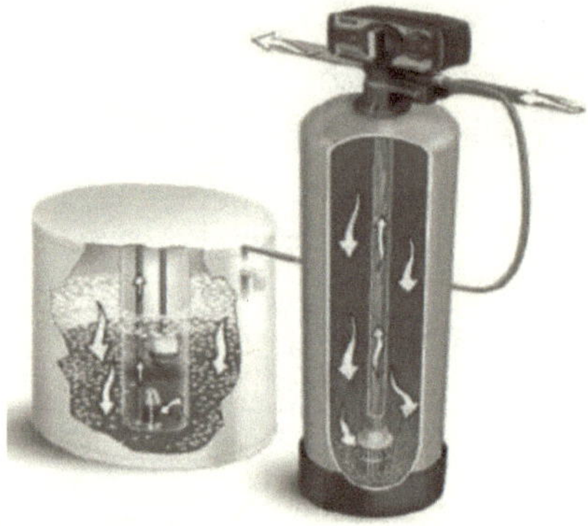

கடின நீரைச் சூடாக்கும் போது அதிலுள்ள கடினத் தன்மை உருவாக்கும் கனி மங்கள் மீண்டும் படிகப் படுத்தப்பட்டு, கடினத் தன்மையுள்ள செதில்களாக கலனில் படிகிறது. கடின நீரால் உருவாகும், இச் செதில்கள் குழாய்கள் மற்றும் வெந்நீர் சூடாக்கிகள் ஆகியவற்றை அடைத்து விடும். அதிக மாற்றீட்டுச் (replacing expenditure) செலவை ஏற்படுத்தும்.

8. நீரிலிருந்து நோய்க் கிருமிகள் நீக்கம்

I. ஓசோனேற்றம் மற்றும் அதன் நன்மைகள்

ஓசோன் (O_3) வலிமையான ஆக்ஸிஜனேற்றிகளில் ஒன்றாகும். அத்துடன் நுண்ணுயிரி, உயிரிகள் மற்றும் நோய்நுண்ணுயிரிகளைக் கொல்லும்.

குறிப்பாக, தண்டுவட சாம்பற்பொருள் அழற்சி (போலியோமைலிடிஸ்) என்ற நோய்நுண்ணுயிரியைக் கொல்லும். ஓசோனேற்றம் நீரைத் தொற்று நீக்கம் செய்கிறது, நீரை நிறமாற்றம் செய்கிறது, நீரின் சுவை மற்றும் வாசனையை நீக்குகிறது. ஓசோன் நீரின் இயற்கையான பண்புகளைத் தக்க வைக்கிறது. ஓசோன் எச்சம் (வினைபுரியாத ஓசோன்) சில நிமிடங்களில் ஆக்ஸிஜனுக்கு மாறுகிறது.

a) ஓசோனேட்டர்

ஓசோனேட்டர் என்பது அடிப்படையில் வெப்பப் பரிமாற்றியில் (heat exchanger), உள்ளது போல அமைக்கப் பட்ட எஃகு குழாய்கள், கொண்ட, ஒரு கிடைமட்ட கருவியாகும், ஒவ்வொரு எஃகு குழாயினுள்ளும் ஒரு குறுகிய வளையவடிவிலான 2–3 மிமீ காற்று இடைவெளியுடன் புறவழி கொண்ட, கண்ணாடிக் குழாய் உள்ளது. கண்ணாடி குழாய்களின் உள்பரப்பில் கிராஃபைட்–செம்பு அல்லது அலுமினிய பூச்சு உள்ளது. எஃகு குழாய் ஒரு மின்முனையாகவும், கண்ணாடிக் குழாயின் உள் பூச்சு மற்றொரு மின்வாயாகவும் செயல்படுகிறது.

உள்ளமைக்கப்பட்ட ஒரு ஏ.சி. (Alternate Current), மின்மாற்றியிலிருந்து 8000–10000 மின்னழுத்தம் (voltage) எஃகு குழாய்களுக்கு வழங்கப்படுகிறது. புறவழித் துளையின் வழியாகச் செல்லும் மின்சாரம், ஒரு ஒளிவட்ட மின்னூட்டத்தை உருவாக்குகிறது. இதனால் காற்றிலிருந்து ஓசோன் உருவாகிறது. தொடக்க நிலையிலேயே உலர வைக்கப்பட்டக் காற்று, வளைய

வடிவிலான இடைவெளி வழியே சென்று ஓசோனேற்றம் அடைகிறது. இச்செயல்பாட்டில் 90% மின் ஆற்றலானது, வெப்பமாக மாற்றப்படுகிறது. இது ஓசோனேட்டரிலிருந்து அகற்றப்பட வேண்டும். குழாய்களுக்கு இடையே

உள்ள இடைவெளிகளில் நீரைச் சுழலச் செய்வதன் மூலம் வெப்பம் அகற்றப்படுகிறது.

ஓசோனேட்டருக்கு வழங்கப்படும் காற்று, ஈரப்பதம் மற்றும் தூசு அற்றதாக இருக்க வேண்டும். சிறிதளவு ஈரப்பதம் கூட 75% ஓசோன் உருவாக்கத்தைக் குறைத்துவிடும்.

தூசியைப் பிரித்தெடுக்க, சிறப்பாக வடிவமைக்கப்பட்ட துணி வடிகட்டிகளின் வழியே காற்று செலுத்தப்படுகிறது. வழக்கமாக சிலிக்கான் ஜெல் நிரப்பப்பட்ட உறிஞ்சிகளைக் கொண்டு காற்றிலிருந்து ஈரப்பதம் பிரித்தெடுக்கப் படுகிறது. பொதுவாக இரண்டு உறிஞ்சிகள் வழங்கப்படு கின்றன. இதனால் அவற்றில் ஒன்று செயல்பாட்டில் இருக்கும்போது மற்றொன்று புதுப்பிக்கபபடும்.

b) ஓசோனின் அளவு

ஓசோனேற்றம் செய்யப்படுவதன் நோக்கத்தைப் பொறுத்தே நீரில் சேர்க்கப்படும் ஓசோனின் அளவு அமைகிறது. வடிகட்டிய குடிநீரைத் தொற்றுநீக்கம் செய்வதற்காகச் சேர்க்கப்படும் ஓசோனின் அளவு 1 மிகி/லி என வரையறுக்கப்படுகிறது. நிறம் நீக்குதல் மற்றும் தொற்றுநீக்குதல் ஆகியவற்றிற்காகச் சேர்க்கப்படும் ஓசோனின் அளவு வீதம் 4 மிகி/லி ஆகும். தொற்று நீக்கிக்கான ஓசோனேற்றத்தின் தக்கவைப்பு நேரம் 5–10 நிமிடங்கள்.

II. புற ஊதா கதிர்கள்

a) புற ஊதா கதிர்வீச்சின் நன்மைகள்

கதிர்வீச்சு நுண்ணுயிர்க்கொல்லி முறை மூலம் நீரைத் தொற்று நீக்கம் செய்வதில் குளோரினேற்ற செயற்பாட்டை (Chlorination) விடவும் சில நன்மைகள் உள்ளன.

i) நீரின் இயற்கைப் பண்புகள் மாற்றப்படுவதில்லை.

ii) குளோரினேற்ற செயற்பாட்டை விட கதிர்வீச்சு நுண்ணுயிர்க்கொல்லி செயல்பாடு விரைவாக நிகழ்கிறது.

iii) கதிர்வீச்சு செய்யப்பட்ட நீரை உடனடியாக நுகர்வோருக்கு வழங்க இயலும்.

iv) நுண்ணுயிர்க்கொல்லி கதிர்கள், செயல்படாத நுண்ணுயிர் வகைகளை மட்டுமன்றி, வித்து உருவாக்கும் வகைகளையும் கொல்லும்.

v) குளோரினேற்ற செயற்பாட்டு கருவிகளைவிட புற ஊதா கதிர்வீச்சு கருவிகளின் செயல்பாடு எளிதானது.

b) புற ஊதா கதிர்வீச்சு நுண்ணுயிர்க்கொல்லியின் விளைவு

நுண்ணுயிர்க் கொல்லி கதிர்வீச்சின் அலைநீளம் 200-295 µm ஆகும்.

புற ஊதாக் கதிர்வீச்சின் இந்த வரம்புதான் நுண்ணுயிர்க்கொல்லி என்று அழைக்கப்படுகிறது. மிக சிறந்த நுண்ணுயிர்க்கொல்லியின், கதிர்வீச்சு அலைநீளம் 260 µm ஆகும்.

நுண்ணுயிர்க்கொல்லி கதிர்வீச்சின் செறிவு மற்றும் கதிர்வீச்சு நேரம் ஆகியவற்றைப் பொறுத்தே நீரின் தொற்றுநீக்க விளைவு அமையும்.

இதே விளைவை குறைந்த செறிவுள்ள கதிர்வீச்சை, நீண்ட நேரமும், மிகைச்செறிவுள்ள கதிர்வீச்சை குறைந்த நேரமும் பயன்படுத்திப் பெறலாம்.

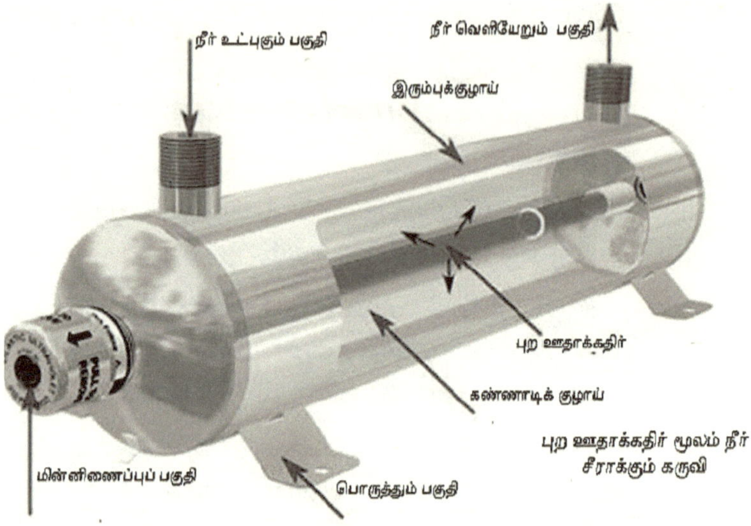

புற ஊதாக்கதிர் மூலம் நீர் சீராக்கும் கருவி

உயர் அழுத்த, 0.5 - 1 வளிமண்டல அழுத்தமுள்ள (0.05-0.1 Mpa) பாதரச–குவார்ட்ஸ் விளக்குகளின், வெப்பநிலை 250-300°C வரை உள்ளது. குறைந்த அழுத்த ஆர்கான்–பாதரச விளக்குகள், சிறப்பான நுண்ணுயிர்க் கொல்லி விளக்குகள் என அழைக்கப்படுகின்றன.

இவை திறம்படைத்தவை. இவ்விளக்கினுள் இருக்கும் குழாய் கண்ணாடியால் ஆனதுடன் 399-532 பாஸ்கல் அழுத்தத்திலுள்ள பாதரச ஆவி மற்றும் ஆர்கான் கலவையையும் கொண்டுள்ளது

c) புற ஊதா கதிர்வீச்சுக்கான மின் நுகர்வு

ஆழ்துளைக் கிணற்றுநீரைத் தொற்றுநீக்கம் செய் வதற்கான மின்நுகர்வு ஒரு கனமீட்டருக்கு 10 அலகுகளுக்கும் (unit) குறைவு. இவ்வகையில் ஆற்று நீருக்கான மின்நுகர்வு ஒரு கனமீட்டருக்கு 30 அலகுகளுக்கும் குறைவாகவே உள்ளது.

9. குடிநீரின் தரத்தை மேம்படுத்துவதற்கான முறைகள்

I. வடிப்பான்கள் (Filters)

ஒரு குறிப்பிட்ட அளவு மற்றும் அதற்கு மிகையான அளவிலான துகள்களை நீக்க ஒரு வண்டல் வடிகட்டி (spun filter) / கெட்டி வடிகட்டி (cartridge filter) தயாரிக்கப்படலாம். வீட்டுப் பயன்பாட்டிற்கானவற்றில் பெரும்பாலும் 30 அல்லது 50 மைக்ரான்கள் அல்லது அதைவிடப் பெரிய கூறுகளை அகற்றுவதே குறிப்பிடப் படுகிறது.

5 மைக்ரான்களைவிடப் பெரியதான ஒரு சில துகள்களே வடிகட்டிகளின் வழியே சென்று விடுகின்றன. உதாரணத்திற்கு 25 மைக்ரான்கள் வரை வழக்கமான ஒரு வடிப்பான் வடிகட்டுமென்றால் பெரும்பாலும் 25 மைக்ரான்கள் அல்லது அதைவிடப் பெரிய அளவிலான துகள்கள் வடிகட்டியினுள் பிடிபட்டுவிடும். தொடர்ந்து பயன்படுத்தப்படும்போது, இந்த வடிகட்டிகள் மிகச் சிறப்பானவையாகவும் மிகவும் திறம்படைத்தவையாகவும் மாறிவிடுகின்றன. நீரிலுள்ள கசடுகள் வடிகட்டியின் மேற்புறத்தில் ஒன்று திரண்டு, வடிகட்டியின் ஒரு பகுதியாகவே மாறிவிடுகின்றன. இவ்வாறு ஒன்று சேர்ந்துகொண்டே செல்கையில் சின்னஞ்சிறிய துகள்கள் சிக்கிக் கொள்கின்றன. வடிகட்டியின் வழியே நீரின் ஓட்டம் மெதுவாகக் குறைகின்றது. இவ்வாறு குறையும் நீரின் ஓட்ட வீதம், வீட்டில் நீரைப் பயன்படுத்துகின்ற, சலவை இயந்திரம் போன்ற வீட்டுப் பயன்பாட்டுப் பொருள்களில் சிக்கல் ஏற்பட மூலக்காரணமாகிவிடும். இத்தகைய ஒரு வடிகட்டியை நீங்கள் பயன்படுத்துவதானால் அவ்வப்போது, அதனை மாற்றுவது அவசியமானதாகும்.

சூடான நீரில் பயன்படுத்துவதற்கு இந்த வடிப் பான்களுக்கான கார்பன் கட்டிவடிவிலோ (cartridgeblock),

சிறுமணி வடிவிலோ (granuels) அல்லது தூளாகவோ (powder)தயாரிக்கப்படலாம். வடிப்பான்களில் நுண்ணுயிரிகளின் வளர்ச்சியைத் தடுப்பதற்காக சில தயாரிப்பாளர்கள் கார்பனுடன் சிறிதளவு வெள்ளியைச் சேர்க்கிறார்கள்.

இந்த வழிமுறை இன்னும் நிரூபிக்கப்படவில்லை. உண்மையில் இத்தகைய வடிப்பான்கள் அனுமதிக்கப்பட்ட அளவை விட அதிகமான வெள்ளியை வெளிவிடாது என்பதை உறுதிப்படுத்திக் கொள்ள வேண்டும். இல்லையெனில் பயன்படுத்துவதற்கு முன்பாகவும், இன்னும் குறிப்பாக, நீண்ட கால இடைவெளிக்குப்பின் பயன்படுத்தும்போதும், இவற்றை முழுமையாக அலசிச் சுத்தம் செய்ய வேண்டும்.

நுண்ணுயிரிகளுக்கு உணவாகக்கூடிய உயிரிகளை எல்லா வடிப்பான்களும் குறிப்பாக கார்பன் வடிப் பான்கள் சிக்கவைத்து விடுகின்றன. நீர் வடியாமல் தங்கும்போது அந்த நுண்ணுயிரிகள், அந்த கார்பன் வடிப்பான்களிலேயே மிக விரைவாகப் பெருகுகின்றன. எனவே இந்தக் கார்பன் வடிப்பான்களை அடிக்கடி மாற்ற வேண்டும்.

II. மறுதலைச் சவ்வூடு பரவல் (Reverse osmosis)

மறுதலை சவ்ஊடு (reverse osmosis-RO) சவ்வுகளை (membrane) மேம்படுத்தியதே அண்மைக் காலத்தில், நீரில் உப்புநீக்கம் செய்வதில் ஏற்பட்ட முக்கிய தொழில் நுட்ப மாற்றமாகும்.

செயற்கை சவ்வுத் தொழிலை வளர்ப்பதற்கான புதுமை யான, பகுப்பாய்வில், அமெரிக்காவும் ஜப்பானும் உலகில் முன்னணி நாடுகளாகத் திகழ்கின்றன. மறுதலை சவ்வூடு (RO) கருவிகளை வாங்கவும், அவற்றிற்கான விலையை

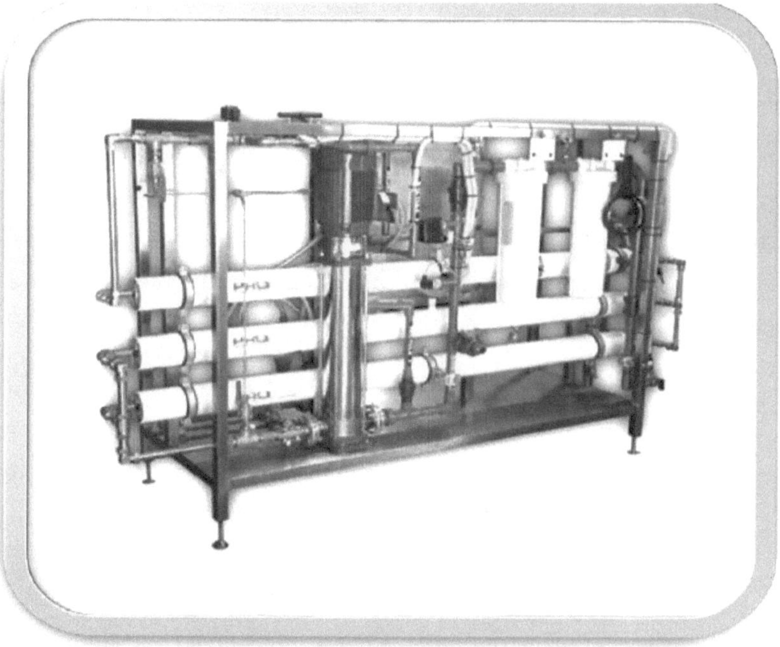

நிர்ணயிப்பதிலும் போட்டி குறிப்பிடத்தக்க பங்கு வகிக்கிறது. ஆழ்தள உப்புநீரை, உப்புநீக்கம் செய்யும் ஆலையின் செயல்பாட்டிற்கான ஒட்டுமொத்த செலவு களின் பங்கை பின்வரும் விழுக்காடுகள் விளக்குகின்றன.

- மூலதன செலவு மீட்பு – 41%
- சவ்வுகள் – 11%
- ஆற்றல் – 25%
- தொழிலாளர்கள் – 13%
- வேதிப்பொருள்கள் – 6%
- மற்றவை – 4%

பெரும்பாலும் காணப்படுவது போல, செலவின் முக்கியமான காரணி மூலதன மீட்பு ஆகும், இது

ஒட்டுமொத்த செலவில் ஏறக்குறைய பாதியளவாகும். அடுத்த மிகைச் செலவு ஆற்றல், சவ்வுகள் மற்றும் உழைப்பிற்கானது.

கடல் நீரை RO முறையில் உப்புநீக்கம் செய்வதில் தலையாயச் செலவு ஆற்றல் ஆகும், இது 50% அல்லது அதற்கு மேற்பட்டதாகும். பின்வருவனவற்றைக் கணக்கில் எடுத்துக்கொள்வதன் மூலம் செலவைக் கணிசமாகக் குறைக்கலாம்.

- சவ்வின் ஆயுளை நீட்டிக்க தொழில்நுட்ப மேம்பாடு மற்றும் ஆராய்ச்சி;
- குறைந்த அழுத்த வகையிலான அல்லது குறைந்த ஆற்றலில் இயங்குகின்ற சவ்வுகளின் வளர்ச்சி;

குறிப்பு

பொதுவாக விரும்பத்தக்கதாகக் கருதப்பட்டாலும், மறு தலை சவ்வூடு (RO) மூலம், உப்புநீக்கம் செய்வதிலும் சுற்றுச்சூழல் சிக்கல்கள் இருக்கின்றன. ஒரு முறைப்படுத்தும் நோக்கிலிருந்து பார்க்கும்போது உப்புநீக்கம் செய்வதன் நன்மை என்னவென்றால், அது பயன்படுத்த முடியாத தண்ணீரைப் பயனுள்ளதாக்குகிறது. மேலும் பிற பயன்பாடுகளுக்கு நன்னீர் கிடைக்கிறது. ஆனால் இதன் விளைவாகக் கிடைக்கும் செறிவூட்டப்பட்ட உப்புநீரை அகற்றுவது செலவு மிக்கதாக உள்ளது.

இம்முறையானது பெரும்பாலும் ஒரு துல்லிய வடிப்பானாக விவரிக்கப்படுகிறது. ஆனால் இது அதைவிட மிகவும் சிக்கலானது. சிலசமயங்களில் நாம் இதை வடிப்பான் என்று விவரிக்கிறோம், ஏனெனில் அவ்வாறு விவரிப்பதால் அதனைக் கற்பனை செய்து பார்ப்பது எளிதாகிறது.

நமது உடலிலுள்ள ஒவ்வொரு திசுவும் தமக்குத்தாமே உணவளித்துக்கொள்ளப் பயன்படுத்தும் தொழில்நுட்பமே இந்த சவ்வூடு பரவல் ஆகும். நம் உடலிலுள்ள மிகச்சிறிய நுண்குழாய்களின் வழியே இரத்தம் கொண்டு செல்லப்படும்போது ஊட்டச்சத்துக்கள் திசுக்களின் சுவர் வழியே சென்று திசுக்களை வாழவைக்க இந்த சவ்வூடு பரவல் தான் பயன்படுகின்றது. தலைகீழ் சவ்வூடு பரவல் என்பது இதற்கு நேர்மாறானது.

சவ்வு ஒன்றை எடுத்துக்கொண்டு அதன் இருபுறங் களிலும் உள்ள நீரின் அழுத்தத்தை மேற்கொள்வதற்குப் போதுமான அழுத்தத்தை நீருக்கு அளிக்கவேண்டும்.

இவ்வாறு செய்தால் சவ்வின் எப்பகுதியில் அழுத்தம் இல்லையோ அப்பகுதியில் தூய நீரைத் தயாரிக்க முடியும் என்று ஆராய்ச்சியாளர்கள் கண்டுபிடித்துள்ளனர்.

சவ்வின் வடிவமைப்பு மற்றும் அது எப்பொருளினால் தயாரிக்கப்பட்டது என்பதன் அடிப்படையில் TDS(மொத்தக் கரைந்த திடப்பொருள்கள்)-ன் குறைப்பு எல்லைகள் 80 முதல் 90 விழுக்காடு வரை இருக்கும். வெவ்வேறு கனி மங்கள் வெவ்வேறு குறைப்பு வீதங்களைக் கொண்டுள்ளன. எடுத்துக்காட்டாக நான் தற்போது பார்த்துக் கொண் டிருக்கும் சவ்வின் அகற்று வீதம் 99.5% ஆகும்.

ஃப்ளூரைடுக்கு 89.5%, பாதரசத்திற்கு 94.0% ஆகும். அகற்றும் வீதம் பெரும்பாலும் உள்ளீடு நீரின் அழுத்தத்தைச் சார்ந்துள்ளது. சில சவ்வுகள் மிகுந்த அல்லது குறைந்த pH ஐத் தாங்காது. வீட்டுப் பயன்பாட்டிற்கு ஒரு RO அமைப்பை நிறுவிக்கொள்வது அவசியம்.

இவ்வமைப்பில் ஒரு துகள் முன்-வடிகட்டி, ஒரு கார்பன் முன்-வடிகட்டி, ஒரு சவ்வு, சேமிப்புத் தொட்டி

மற்றும் இறுதியில் ஒரு கார்பன் வடிகட்டி ஆகியவை உள்ளனவா என்று உறுதிப்படுத்திக்கொள்ள வேண்டும்.

மீட்சி வீதமானது TDS உட்பட பல்வேறு காரணிகளைச் சார்ந்துள்ளது.

ஒரு குறிப்பிட்ட கால இடைவெளியில் தயாரிக்கப்படும் நீரின் அளவை வெப்பநிலை மற்றும் அழுத்தம் ஆகியவை களும் பாதிக்கின்றன.

10. சீராக்கப்பட்ட நீரின் தரம்

முறைகள்	சீராக்கப்பட்ட நீரின் தரம் (மி.கி/லி)			
	கடினத் தன்மை	காரத் தன்மை	மணல்மம்	கரை உப்புகள் (TDS)
சுத்திகரிக்கு முன் நீரின் தரம்	160	135	10	275
சோடியம் பரிமாற்றம்	இல்லை	135	10	290
நேர்மின்ம பரிமாற்றம்	இல்லை	20	10	290
குளிர்நிலை சுண்ணாம்பு சோடா	75	50	9	190

சூடான சுண்ணாம்பு _ நுங்குக்கல்	இல்லை	30	1	155
அமிலச் சேர்ப்பு	160	20	10	290
கனிமப்பொருள் அகற்றல்	இல்லை	1	0.05	1

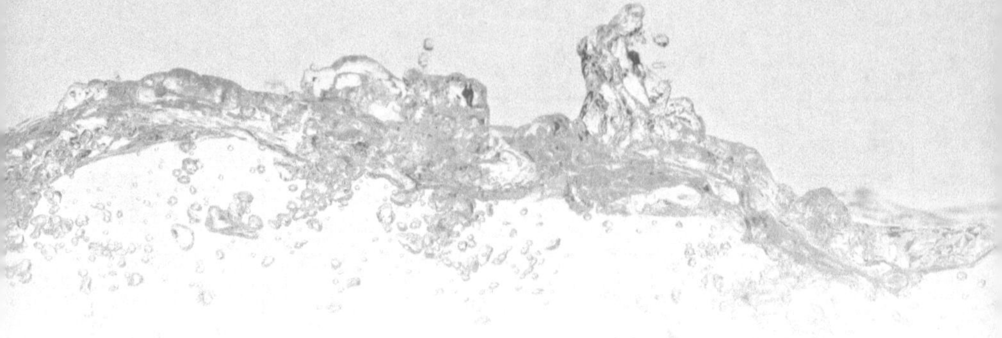

இயல் 4

நீர் மேலாண்மை

1. சில தொழில்களில் பயன்படுத்தப்படும் நீருக்கான தரக்கட்டுப்பாடுகள்

வ. எண்	இலக்கு	தரக்கட்டுப்பாடு
1	குடிநீர்	நிறம், நாற்றம், கலங்கல் மற்றும் நோய்க்காரணிகளின்றி படிகம் போலத் தெளிவாயிருத்தல் வேண்டும். TDS <500 ppm விரும்பத்தக்கது
2	வீட்டுச் சலவை மற்றும் குளித்தல்	நிறம், நாற்றம், கலங்கல் மற்றும் நோய்க் காரணிகளற்றதாக இருத்தல் வேண்டும். TDS <1500 ppm விரும்பத்தக்கது

3	குளிர்பானங்கள் தயாரிப்பு	நிறம், நாற்றம், கலங்கல் மற்றும் நோய்க் காரணிகளற்றதாக இருத்தல் வேண்டும் TDS <300 ppm விரும்பத்தக்கது. காரத்தன்மை இருத்தல் கூடாது
4	துணிகளுக்குச் சாயமேற்றுதல்	நிறம், நாற்றம், கலங்கல் இரும்பு மங்கனீசு மற்றும் நோய்க்காரணி களற்றதாக இருத்தல் வேண்டும் TDS <500 ppm விரும்பத்தக்கது.
5	பால் பண்ணைகள் மற்றும் உணவு பதனிடுதல்	நிறம், நாற்றம், கலங்கல் மற்றும் நோய்க்காரணிகளின்றி படிகம் போலத் தெளிவாயிருத்தல் வேண்டும் TDS <300 ppm விரும்பத்தக்கது. காரத்தன்மை இருத்தல் கூடாது
6	காகிதம் தயாரித்தல்	நிறம், நாற்றம், கலங்கல் மற்றும் நோய்க் காரணிகளற்றதாக இருத்தல் வேண்டும். TDS <300 ppm விரும்பத்தக்கது. காரத்தன்மை இருத்தல் கூடாது.
7	கொதிகலன்களில் நீராவி உற்பத்தி செய்தல்	நிறம், நாற்றம், கலங்கல் மற்றும் நோய்க் காரணிகளின்றிப் படிகம் போலத் தெளிவாயிருத்தல் வேண்டும் TDS <1.0 ppm விரும்பத்தக்கது.
8	நீர் குளிரூட்டல்	மாசுகளின்றி இருக்கவேண்டும். பாசிபடர்வதை வளர்ப்பதாக இருத்தல் கூடாது.

9	மருந்துகள் மற்றும் மருந்துருவாக்கம்	தெளிவாகவும் நன்னீராகவும் இருப்பதுடன். நிறம், நாற்றம், கலங்கல் கரிமப் பொருள், இரும்பு மங்கனீசு ஆகியவையின்றி இருக்க வேண்டும்
10	கட்டுமானம்	மிகவும் கடின நீராக இருத்தலாகாது. குளோரைடு, சல்பேட்டு முதலியவை குறைந்த அளவே இருக்க வேண்டும். TDS: <500 ppm /RCC.

2. ஆழ்தள நீரிலிருந்து குடிநீர்

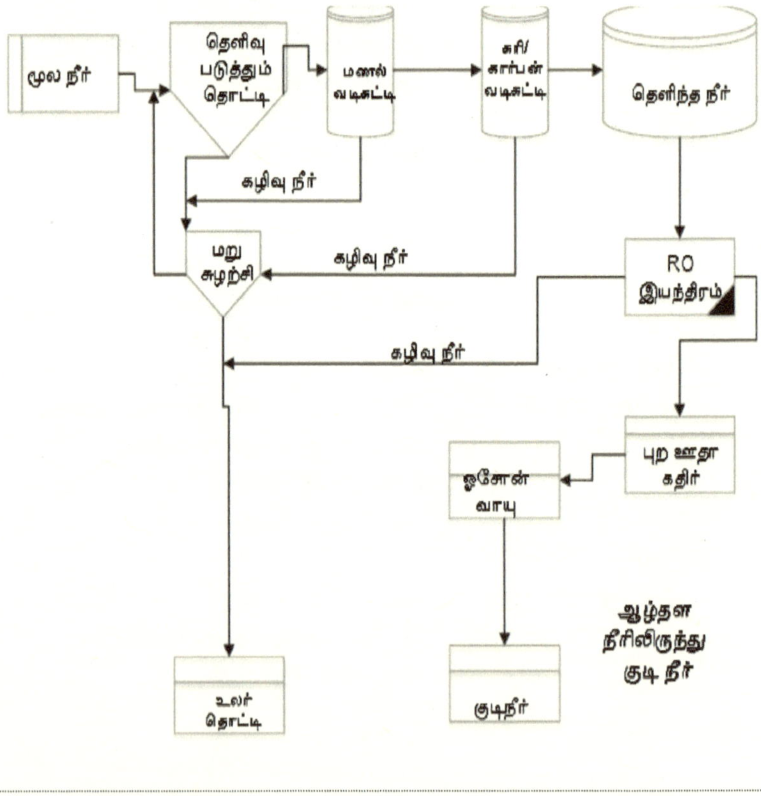

3. கடல் நீரிலிருந்து குடிநீர்

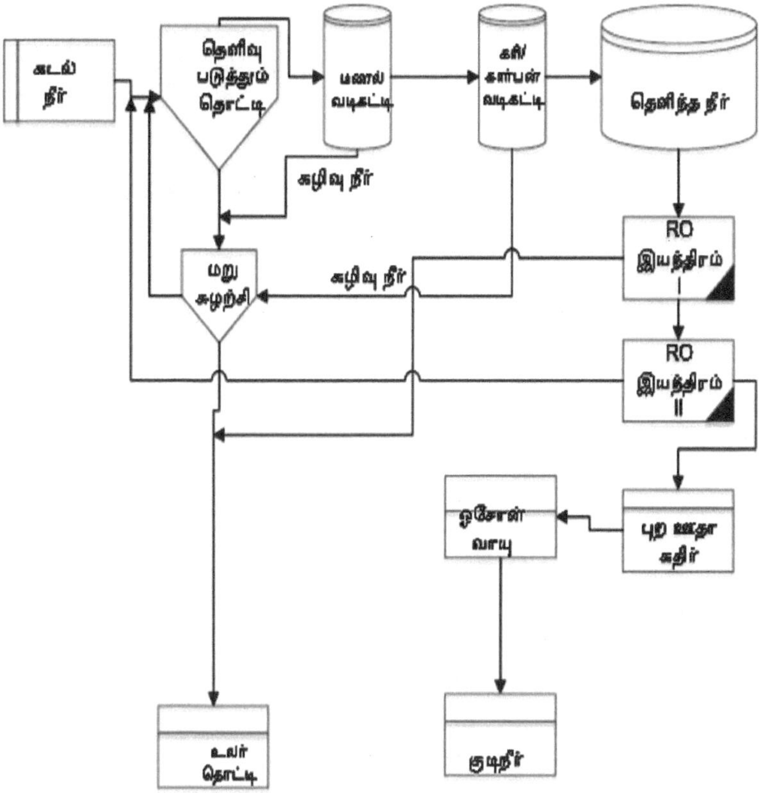

கடல் நீரிலிருந்து குடி நீர்

4. வீடுகளில் நீர் மறுசுழற்சி செய்தல்

படத்தில் காட்டியுள்ளது போல, வீட்டின் சமையலறையில் இருந்து வரும் நீரையும், குளியலறையில் இருந்து வரும் நீரையும், மழைநீர் சேகரிப்பு தொட்டியில் சேரும்படி செய்தால், நமக்கு தேவையான தண்ணீரை, வீணாக்காமல், ஆண்டுதோறும் பயன்படுத்தத்தக்க, குடிநீர் கிடைக்கும்.

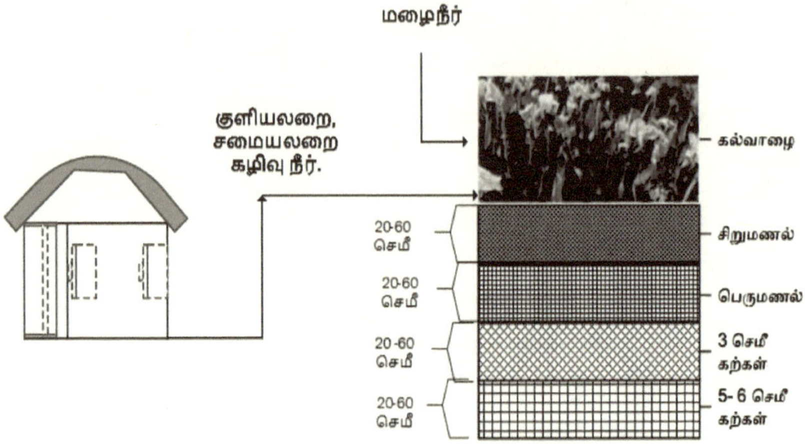

வீடுகளுக்கான நீர் மறுசுழற்சி,மழைநீர்
சேகரிப்பு அமைப்பு

இங்கே குறிப்பிடுகின்ற மழை நீர் சேகரிப்பு தொட்டி ஆனது, நமது வீடு அமைந்துள்ள பகுதிக்கு ஏற்றவாறு, நீள அகலம் உயரம் ஆகியவற்றை கொண்டதாக இருக்கும். அந்த மழைநீர் சேகரிப்பு தொட்டியின் மீது, மண் பரப்பி, கல்வாழை செடிகள் நட்டால், அழகிய கல்வாழை செடி செழித்து வளரும்; குளியல் அறையில் இருந்து வரும், சோப்பையும் சமையலறையிலிருந்து வரும், உணவு பொருள் கலந்த தண்ணீரில் உள்ள,

சத்துக்களையும் எடுத்துக்கொண்டு செழிப்பாக வளரும். ஆழ்தளத்துக்கு ஊறிச் செல்லும் தண்ணீர், உப்புகள் நீங்கிய தண்ணீராக, ஆழ்தளத்துக்குச் சென்று நமக்கு மீண்டும் குடிநீராக கிடைக்கும். மழைக்காலத்தில் மழைநீரும் இதே வழியாகச் சென்று நமது ஆழ்துளைக் கிணற்றுக்குத் தேவையான தண்ணீரைக் கொடுக்கும்.

ஒவ்வோராண்டும் ஆழ்துளைக் கிணற்றின் ஆழத்தை அதிகப்படுத்த வேண்டிய தேவை இருக்காது.

5. வயல்வெளிகளில் நீர் மறுசுழற்சி செய்தல்

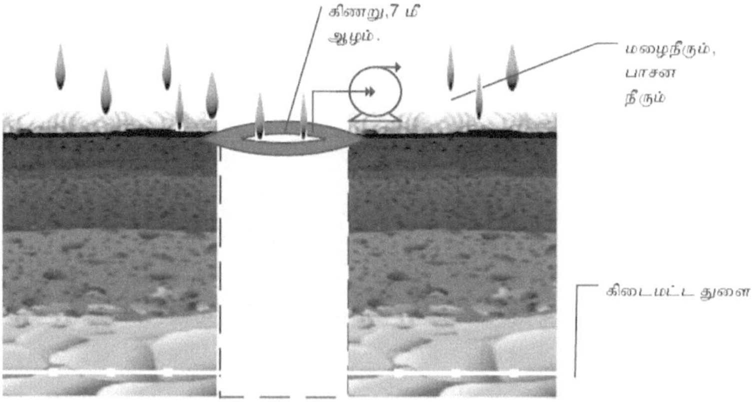

விவசாயத்தில், நீர் மறுசுழற்சி

படத்தில் காட்டியுள்ளது போல, வயல்வெளியில் கிணற்றின், பக்கவாட்டில், துளை இடுவதின் மூலம், நாம் நிலத்திற்கு பாய்ச்சும் நீரை, மறுசுழற்சி செய்ய முடியும். நெல்லுக்கு பாய்ச்சும் நீர், ஆழ்தளத்தை அடையும்போது, அங்குள்ள பக்கவாட்டு துளையின் மூலம் கிணற்றை வந்தடையும்.

இதுபோன்ற மறு சுழற்சியின் போது, நாம் நிலத்தில் இடுகின்ற, உரம், பூச்சி மருந்து, போன்றவை தண்ணீரோடு கலந்து, கிணற்று நீர் கெட்டு விட வாய்ப்பிருக்கிறது. எனவே, இயற்கை உரம், இயற்கை பூச்சி மருந்து ஆகியவற்றை பயன்படுத்தலாம், மேலும் அவற்றை தேவையான அளவுக்கு மட்டுமே பயன்படுத்த வேண்டும். ஒவ்வொரு பயிரின் போதும், மண்ணையும் நீரையும், ஆய்வு செய்து, அறிவியலாளர்கள் சொல்லுகின்ற, அளவுக்கு மிகாமல், பயன்படுத்தினால், நீர் கெட்டுப் போகாமல் இருக்கும், வருடம் தோறும் நமக்கு நீர் வற்றாமல் கிடைக்கும்.

நமக்கு சொந்தமான இடங்களில், மரங்களை நடுதல், வீடுகளில் நீர் மறுசுழற்சி செய்தல், வயல்களில் நீர் மறுசுழற்சி செய்தல் போன்றவற்றை நாமே தீர்மானித்து செயல்படுத்த முடியும்.

6. ஏரி, குளங்கள் மூலம் நீரை சேமித்தல்

இயற்கை வளமான மழைநீரை, சிறந்த தொழில் நுட்பங்களின் அடிப்படையில் அமைந்த ஏரிகள் பல நூற்றாண்டுகளைக் கடந்து, இன்றும் சமுதாயத்திற்குப் பயன்பட்டு வருவதுடன், அவை எவ்விதச் சுற்றுச்சூழல் பாதிப்புகளையும் ஏற்படுத்தவில்லை என்பது வியக்கத்தக்கது. ஏரிப்பாசனப் பழமையில், புதுமை உண்டென்பதனை எடுத்துக்காட்டுகளுடன் வலியுறுத்தி இன்றைய பொறியாளர்கள் மற்றும் திட்டக் குழுக்கள் ஆகியோரின் கவனத்தை ஈர்ப்பதும் அவசியமாகிறது. சங்க காலத்திலிருந்து இன்று வரை செயல்பாட்டிலிருக்கும் ஏரிகளின் பாரம்பரியத்தை அறிவியல் அடிப்படையில் ஆய்வு செய்து, அது எவ்வாறு தாழ்வு நிலையை அடைந்தது என்ற வரலாற்றை நன்குணர்ந்தபின், அவற்றை மீண்டும் உயர்நிலைக்கு கொண்டுவருவதற்குரிய வழிமுறைகளை வகுத்தல் வேண்டும்.

பெரிய அணைகள், நதிகள் இணைப்பு ஆகியவற்றுக்காக திட்டமிடும் பணத்தில் பத்து விழுக்காட்டைக் கொண்டே நம் அனைத்துக் குளங்களையும், ஏரிகளையும் மீட்டுவிட முடியும். மேலும் ஆயிரக்கணக்கில் புது நீர்நிலைகளையும் உண்டாக்கிவிட முடியும். அதன் மூலம் அந்தந்தப் பகுதியில் நீர்வளம் பெருகும்.

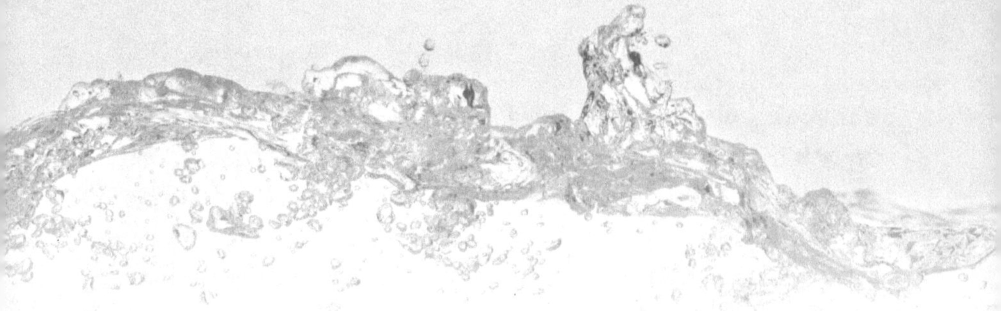

இயல் 5

நீர் விவசாயம்

நெல்லை விதைத்து நெல்லை மீண்டும் அறுவடை செய்வது போல, நாம் தண்ணீரை விதைத்து, மழையை அறுவடை செய்து கொள்ள தெரிந்துகொள்ள வேண்டும்

1. பருவமழை– நீர் ஆதாரம்

சூரியனைப் பொறுத்து புவியின் சுழற்சி அச்சு சாய்ந் திருப்பதனால் பருவப்பெயர்ச்சிக் காற்று (பருவக்காற்று) தூண்டப்படுகிறது. நிலமும் கடலும் ஒரே கதிரவனின் ஆற்றலால், வெப்பமடைந்தாலும், நிலம் வேகமாக சூடடைகிறது; நீரின் 'தன் வெப்ப ஏற்புத் திறன்' (Specific Heat Capacity) அதிகம் ஆதலால், கடல் எளிதில் சூடடைவதில்லை.

அதாவது, நிலத்திற்கு மேலுள்ள வளி(air) அதிக வெப்பநிலையிலும், கடலின் மேலிருக்கும் வளி குறைந்த வெப்பநிலையிலும் காணப்படுகின்றன. அதனால், நிலத்தின் மேலிருக்கும் வளிவிரிவடைகிறது. தடையற்ற விரிவடைதல் நிகழ்வதால், வளியழுத்தம் குறைகிறது.

கடலின் மேல்பகுதி வளியழுத்தமோ அதிகமாகிறது. அதிக அழுத்தப் பகுதியில் இருந்து, தாழ்வழுத்தப் பகுதிக்குக் (low pressure) காற்றுப் பயணிக்கிறது. கடுமை யான கோடையில், கத்தரி வெயில் காலத்தின் முடிவில், இந்த கடல் காற்றின் பயணம், பெரு வலிமையோடு தொடங்குகிறது. இதுவே பருவக்காற்று (monsoon) உருவாகக் காரணமாகும்.

இந்தியாவில் தென்மேற்கு (southwest) பருவமழை, வடகிழக்கு (northeast) பருவமழை என்ற இரு பருவ காலங்கள் மூலமாக மழை பெய்து வருகிறது. இதில் தென்மேற்கு பருவமழை, ஜூன் மாதம் தொடங்கி செப்டம்பர் மாதம் வரையிலும், வடகிழக்கு பருவமழை, அக்டோபர் தொடங்கி, டிசம்பர்– ஜனவரி மாதங்கள் வரையிலும் நீடிக்கிறது.

2. காடும், மழையும்

தென்மேற்கு பருவக்காற்று, வழக்கம்போல ஜூன் 10ஆம் தேதி முதல், ஆண்டுதோறும், நீரை சுமந்து வருகிறது. கீழே இருந்து, காடுகளின் வழியாக ஆவியாகும் நீர், பருவக் காற்று சுமந்துவரும் மேகத்தோடு கலந்தால் மட்டுமே மழையாய் பெய்யும்.

காடுகள் நிறைந்த கேரளம், கர்நாடகா, மும்பை, இமயமலைப்பகுதிகளில், பெருமழையைத் தரும் தென்மேற்கு பருவக்காற்று, இடையில் உள்ள தார் பாலைவனத்தை வெறுமனே கடந்து செல்கிறது.

தமிழ்நாட்டில் சுமார் 22,877 சதுர கி.மீ., பரப்பளவு காடு உள்ளது. இது தமிழ்நாட்டின் நிலப்பரப்பளவில் 17.59 விழுக்காடு. காடுகளுக்கான அரசின் கொள்கையின் படி மாநிலங்கள் தங்கள் நிலப்பரப்பில் 33.33 விழுக்காடு காடுகளாக கொண்டிருக்க வேண்டும்.

தோப்புகள் அல்லது குறுங்காடுகள் என்பவை மனிதனின் முயற்சியால் உருவாக்கபபடுவனவாகும். இதை ஆங்கிலத்தில் பாரஸ்ட் (Forest) என்று சொல்கிறோம் குறுங்காடு சூரிய ஒளி ஊடுருவ கூடியவை. வீட்டு விலங்குகளை குறுங்காட்டுப் பகுதியில் வளர்க்க முடியும்.

பெருங்காடு என்பது தன்னியல்பில், உயிர்கள் தோன்றிய காலத்திலிருந்து, செழித்து வளர்ந்ததாகும். இங்கு பல்லுயிர் பெருக்கம் இருக்கும். இதை ஆங்கிலத்தில் ஜங்கிள் (Jungle), எனச் சொல்வார்கள். பெருங்காடு, மழைக்காடு என்றும் அழைக்கப் படுகின்றது.

3. பெருங்காடு அல்லது மழைக்காடு

- பெருங்காட்டை ஒரு நாளும் மனிதனால் உருவாக்க முடியாது.
- பெருங்காட்டினூடே சூரிய ஒளியின் ஊடுருவல் இருக்காது. உயர்ந்த மரங்களின் விதானம் வனத்தை கதிரவன் தாக்குதலிலிருந்து குடைபோல் காக்கும்.

- பெருங்காடு மேல் மட்டத்தில் உள்ள மண்கண்டம், மட்கிய இலைகளால் நிறைந்து, மிருதுவாய் இருக்கும்.
- எப்போதும் மழைச்சாரல் (drizzling), இருந்துகொண்டே இருக்கும்.
- ஈரப்பதம் மிக்க ஓர் அற்புதமான சூழல் இருக்கும். இங்கு காற்று சூடாகாது.
- கதிரவனின் வெளிச்சம் (sun rays), ஊடுருவி போகாததால் மண்ணில் உள்ள நீர் எளிதில் ஆவி ஆவதில்லை. அது காற்றின் ஈரபதத்தையும் நிலையாக வைத்திருக்கிறது.

4. ஈரப்பதமும் மழையும் (Humidity and Rain)

மழைக்காட்டின் ஈரப்பதம் நிலையாக இருப்பதால், இங்கு குளிர்ந்த காற்று நிலவுகிறது. கடல் பகுதியிலிருந்து, வரும் மழைமேகம், மழைக்காட்டினை அடைந்ததும் மேலும் குளிர்ந்து, ஈரப்பதம் நூறு விழுக்காடு அடைந்து, மழைப் பெய்கிறது.

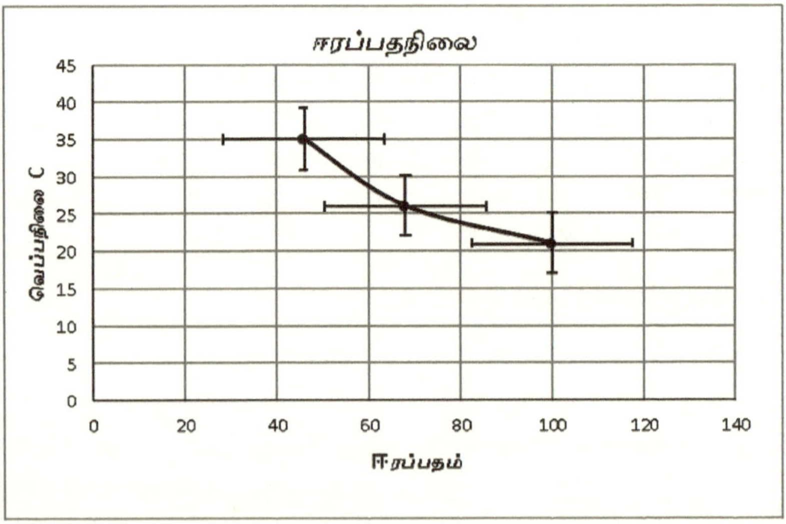

நாம் அறிந்தபடி, ஈரப்பதம் என்பது நீராவி அல்லது காற்றில் உள்ள ஈரப்பதத்தின் அளவு. வெப்பநிலை குறைவாக இருக்கும்போது அல்லது குளிர்ச்சியாக இருக்கும்போது, காற்று குறைந்த ஈரத்தை அதாவது குறைந்த நீர் மூலக் கூறுகளைக் கையாள முடியும்.

மாறாக, வெப்பநிலை அதிகமாக இருந்தால் காற்று அதிக ஈரத்தை அதாவது அதிக நீர் மூலக்கூறுகளை கையாள முடியும். எனவே இதை இப்படி கற்பனை செய்து பாருங்கள், 35 பாகை செல்சியஸ் வெப்பநிலையின் போது 10 கிராம் நீரைச் சுமக்கும்காற்று,

45 பகுதி நீரையும், 65 பங்கு உலர் காற்றையும் கொண்டிருக்கும். அதேக் காற்று 26 பாகை க்குக் குளிர்ந்தால், 68 பகுதி நீராவியும், 32 பகுதி உலர் காற்றுமாக இருக்கும்.

அதே காற்று 21 பாகைக்குக் குளிர்ந்தால், நீராவி 100 விழுக்காடாக இருக்கும். இந்நிலையில் நீராவி, நீராக மாறும். இந்நிலையில், காற்றைவிட எடை அதிகமான நீர், மழையாகப் பெய்கிறது.

5. மரம் நடுவோம் மழை பெறுவோம்.

நாம் ஏற்கனவே பார்த்தது போல, நீரை சுமந்து வரும் மேகங்கள் அல்லது பருவக்காற்று எங்கே வெப்பநிலை குறைவாக இருக்கிறதோ அங்கே, அதன் ஈரப்பதநிலை 100 விழுக்காட்டை தொடும் போது மழை பெய்கிறது.

இந்தச் சூழல் ஏற்படுவதற்கு, இரண்டு காரணிகள் வேண்டும். 1. வெப்பநிலை குறைய வேண்டும், 2. அந்தப் பகுதியிலிருந்து நீராவி மேலெழுந்து அந்த பருவக்காற்று அல்லது மழை மேகத்தோடு இணைய வேண்டும்.

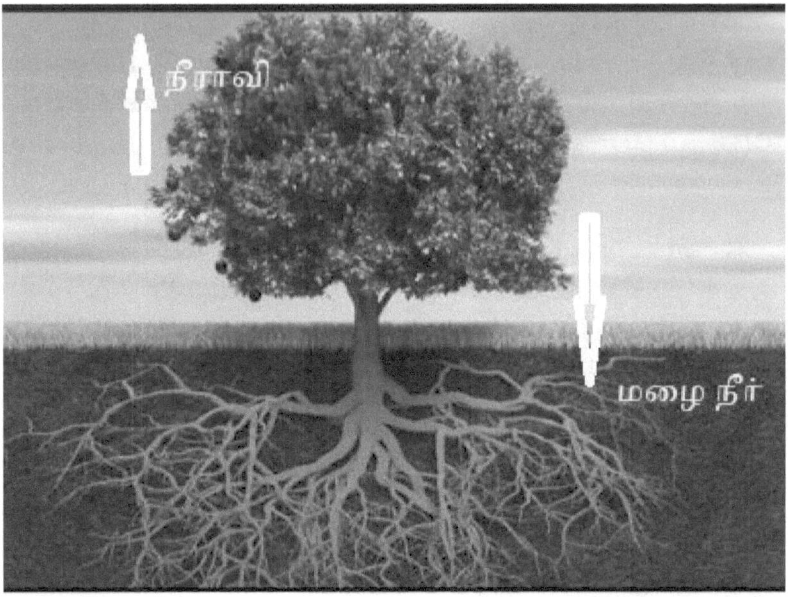

இதற்கான சூழல் அடர்ந்த காட்டுப் பகுதியில் மட்டுமே நடைபெறும். சிற்றூர்களில், நமது வயல்வெளி பகுதிகளில் இந்நிகழ்வு நடைபெற, நாம் நிறைய மரங்களை நட வேண்டும். சான்றாக, ஒரு ஏக்கரில் உள்ள ஒரு மாந்தோப்பு, பத்து ஏக்கரில் பரவியுள்ள, ஒரு, பெரிய ஏரிக்கு, இணையான, நீரை, நீராவியாக வெளியேற்றும். மழை மேகம் அந்த மாந்தோப்பை நெருங்கும்போது கீழே இருந்து வரும் நீராவியும், அந்தப் பகுதியில் நிலவும் குளிர்ந்த காற்றும், ஈரப்பதத்தை *100* விழுக்காட்டுக்கு மாற்றினால், அந்த பகுதியில் மழை பெய்யும். இதைத்தான், நாம் மழையை அறுவடை செய்தல் என்கிறோம். ஒவ்வொரு சிற்றூரிலும், *33* விழுக்காடு, மரங்கள் அல்லது தோப்புகள் அல்லது காடுகள், இருப்பதை உறுதி செய்தால், பருவ மழை, அவ்வூரில் தப்பாமல் பெய்யும்.

பெருங்காற்றுடன், மழை அடித்துப் பெய்யும் போது, அதன் வேகத்தை இலைகளும் கிளைகளும், தாங்கிக்கொண்டு

நடு மரத்தின் வழியே, ஊற்றாக நிலத்திலே தவழவிடும். நீர் மண்ணுக்குள் ஊடுருவுகிறது. அதனால், மேல்தளம் இறுகாமல், நிலம் செழிப்பாக இருக்கிறது.

மரங்களின் வேர்கள் ஆழ் தளத்தினுள் ஊடுருவி படர்ந்து இருப்பதால், தரைதளத்தில் நீர் எளிதில் மண்ணில் புகுந்துப் பரவிட ஏதுவாகிறது. மண் கண்டத்தில் துளைத்துச் செல்லும் வேர்களின் திறன், கவனத்திற்குரியது. கடினமான பாறைகளின் வெடிப்பு, விரிசல், சந்து ஆகியவற்றை தேடிக் கண்டுபிடித்து, வேர்கள் நுழைந்துவிடும். நுழைந்த வேர்கள் பின்னர் விரிசல்களை அகலப்படுத்திவிடும். மேலும் வேர்கள், ஒரு அமில பொருளைக் கசிந்து, பாறையை அழிக்கும். இந்நிலையில் மேலிருந்து வரும் நீர்க்கசிவு எளிதிலே உட்புகுந்து ஆழ்தளத்தை அடைந்துவிடும்.

குளிர்காலத்தில் காற்றின் ஈரப்பசையை, உறிஞ்சிக் கொள்ளும் திறனும் மரங்களுக்கு உண்டு. இவ்விதம் கிடைக்கும் பனியைக் கூட, காலையில், சூரியன் தோன்றும் நேரத்தில் மரங்கள் உறிஞ்சிக்கொண்டு, தாகத்தைத் தணித்துக் கொள்ளும். அத்துடன்காற்றுக்கு குளிர்ச்சியூட்டி, அண்டையிலுள்ள பயிர்களின் செயல்திறனை மேம்படுத்தும்.

மரங்களால் கீழ்க்கண்ட நலன்கள் ஏற்படுகின்றன:

- சிறு மழைத்தூறல், பனி ஆகியவற்றை கூட பயன் படுத்தி வாழ்ந்து கொண்டு, அடைமழை வருகின்ற நேரத்தில் ஆழ் தளத்திற்கு நீரை கடத்துகிறது.
- நீர்க்கசிவு இல்லாத பாறைகளின் அடியிலும், கசிவை ஏற்படுத்தி நீரை சேமிக்கிறது.
- மழை நீர் ஆவியாகி விடாமல் தடுத்து நிறுத்தி, மண்ணிலே நிலைபெறச் செய்கிறது.

- வெள்ளப்பெருக்கை உறிஞ்சி, மண் அரிப்பு ஏற்படாமல் பாதுகாக்கிறது.
- சுற்றுப்புற பயிர்களின் செயல்திறனை மேம் படுத்துகிறது.

நாம் ஒரு பொருளை ஒரு இடத்தில் தொலைக் கிறோமேன்றால், தொலைத்த இடத்தில் தேடுவோமா அல்லது நமக்கு விருப்பமான இடத்தில் தேடுவோமா...? அது போலத்தான் நீர் சிக்கலும். ஓர் இடத்தில் தண்ணீர் சிக்கலென்றால், அதே இடத்தில் அதிக நீர் நிலைகளை உண்டாக்கி தீர்க்க வேண்டுமே தவிர, இன்னொரு இடத்திலிந்து நீர் எடுக்க வேண்டும் என்று நினைக்க கூடாது. இது சிக்கலை மேலும் மேலும் அதிகமாக்குமே தவிர, நிரந்திர தீர்வை தராது.

6. ஆழ்தள நீருக்கான உரிமை

இயற்கை அறிவியலாளர், நம்மாழ்வார், எந்தவொரு விளைச்சலிலும் அடி மண்ணுக்கு, இடை மாட்டுக்கு, நுனி மனிதனுக்கு என்றார். எந்த ஒரு பயிரின் நுனிப்பகுதியும் அல்லது கனிப்பகுதியும் மனிதனுக்கு உணவாகும் என்றார். நடுப்பகுதி மாட்டுக்கு தீவணமாகவும், அடிப்பகுதி மண்ணுக்கு உரமாகவும் விடப்பட வேண்டும் என்பார். அதுபோலவே, மனிதர்களுக்கு நிலத்தின் மேல்மட்டத்தில் உள்ள நீர் மட்டுமே சொந்தம். ஈரறிவு முதல் ஆறறிவு கொண்ட மனிதர்கள் வரை, அனைவருக்கும் மழைநீரும், தரைதள நீரும் மட்டுமே சொந்தம்.

“ஒன்றறிவதுவே உற்றறிவதுவே
இரண்டறிவதுவே அதனொடு நாவே
மூன்றறிவதுவே அவற்றொடு மூக்கே
நான்கறிவதுவே அவற்றொடு கண்ணே
ஐந்தறிவதுவே அவற்றொடு செவியே

ஆறறிவதுவே அவற்றொடு மனனே
நேரிதின் உணர்ந்தோர் நெறிப்படுத்தினரே"

– (தொல்: பொருள்: 571)

"ஒன்றறிவதுவே உற்றறிவதுவே" ஓர் அறிவென்பது உடலால் தொட்டு அறியும் அறிவு. வேர்கள் நிலத்துள் விரவிச்செல்வதும், கிளைகள் கதிரவனைத் தேடி வளர்வதும் தொடும் அறிவாலேயேயாகும். புல், செடி, கொடி, மரம் போன்ற தாவரங்கள் ஓர் அறிவு உடையவை.

"இரண்டறிவதுவே அதனொடு நாவே" இரண்டு அறி வென்பது உடலால் தொட்டும், நாவால் சுவைத்தும் அறிவது. புழுக்கள், சங்கு, நத்தை போன்றவை ஈரறிவுடையன.

"மூன்றறிவதுவே அவற்றொடு மூக்கே" மூன்று அறிவென்பது, உடலால் தொட்டும், நாவால் சுவைத்தும், மூக்கால் முகர்ந்தும் அறிவது. மணத்தை மூக்கால் முகர்ந்து அறிவதே மூன்றாவது அறிவாகும். கறையான், எறும்பு, மூட்டைப்பூச்சி, பேன் போன்றன மூன்றறிவு உடையன.

"நான்கறிவதுவே அவற்றொடு கண்ணே" நான்கு அறி வென்பது உடலால் தொட்டும், நாவால் சுவைத்தும், மூக் கால் முகர்ந்தும், கண்ணால் கண்டும் அறிவது. கண்ணால் காண்பதை தெரிந்து கொள்வதே நான்காவது அறிவாகும். நண்டு, தும்பி, ஈ, கொசு, சிலந்தி, வண்டுகள், தேள் போன்றன நான்கறிவுடையன.

"ஐந்தறிவதுவே அவற்றொடு செவியே" ஐந்து அறிவென்பது உடலால் தொட்டும், நாவால் சுவைத்தும், மூக்கால் முகர்ந்தும், கண்ணால் கண்டும், செவியால் கேட்டும் அறிவது. செவியால் கேட்பதை விளங்கிக் கொள்வதே ஐந்தாவது அறிவாகும். நிலத்தில் வாழும் கால்நடைகள், பறவைகள் போன்றன ஐந்தறிவுடையன.

"ஆறறிவதுவே அவற்றொடு மனனே". ஆறு அறிவென்பது மேலே சொன்ன ஐவகை அறிவுடன் மனதால் நினைத்தும் அறிவது. மனத்தில் எழும் எண்ணங்களைப் புரிந்து கொள்வது, பகுத்து அறிந்து கொள்வது ஆறாவது அறிவாகும். மனிதரே ஆறறிவு உடையோர். ஆறறிவுடைய விலங்கும் இருப்பதாகக் கூறுவர்.

ஓரறிவு கொண்ட மரங்கள் தான் ஊர்வன, பறப்பன, நடப்பன என்ற அனைத்து வகையான உயிரினங்களுக்கும் அடிப்படை. மரங்கள் மட்டுமே, மழையைப் பெய்விக்கிறன. கோடைக்காலத் தேவைக்காக, வானத்திலிருந்து மழை நீரை சேகரித்து, அடிமரம் வழியாக செலுத்தி, வேர்கள் மூலம் மண்ணில் சேமித்து வைக்கின்றன. எனவே, ஆழ்தள நீர், மரங்களுக்கு மட்டுமே சொந்தம்.

விலங்குகளுக்கோ, பறவைகளுக்கோ, மனிதர்களுக்கோ வேர்கள் இல்லை; விலங்குகளும், பறவைகளும் தரைதள நீரை மட்டுமே குடிக்கின்றன. மனிதர்களும் மற்ற உயிரினங் களைப் போன்றே, ஆழ்துளை கிணறு மூலம் நீரை உறிஞ்சி வாழ உரிமை அற்றவர்களே.

"நெல்லுக்கு இறைத்த நீர் வாய்க்கால் வழியோடிப்
புல்லுக்கும் ஆங்கே பொசியுமாம்".

என்ற ஔவையாரின் மூதுரையைப் போன்று, மரங்கள் பெற்றுத்தரும் மழையில், நமக்கு தேவையானதை சேமித்து வாழ்வோம். புதிய தொழில்நுட்பங்கள் மூலம், நீரை மறு சீராக்கம் செய்து பயன்படுத்துவோம்.

தீர்வு எளிமையான ஒன்றாக இருக்கிறது. ஆழ்ந்த அறிவுகொண்ட தமிழ்ச் சமூகம் சரியான தடத்தில் பயணிக்க விழைகிறேன்.

****

புரிதலுக்கான எளிய வரையறைகள்

- மொத்த நேர்மின்மங்கள் (TC) = Ca^{2+} + Mg^{2+} + Na^{+} etc. all as CaCO3
- மொத்த எதிர்மின்மங்கள் (TA) = T Alkalinity + Cl + SO_4^{2-} + NO_3 etc. all as $CaCO_3$
- மொத்த கடினத்தன்மை (TH) = Ca^{2+} + Mg^{2+} as $CaCO_3$
- மொத்த காரத்தன்மை (T. Alk) = HCO^{3-} + CO_3^{2-} + OH^- all as CaCO3
- EMA = Cl^- + SO_4^{2-} + NO^{3-} all as $CaCO_3$
- மொத்த அமில மின்மங்கள் = EMA + CO_2 + SiO_2 all as $CaCO_3$
- மொத்த மின்பகு பொருள்கள் = TE = TC = TA
- மொத்த கரை உப்புகள் = TDS = TE + SiO_2

குறிப்பு:

மின்மம் என்ற சொல்லும், அயனி என்ற சொல்லும் ஒரேப் பொருளில் பயன் படுத்தப்பட்டுள்ளன. மின்மம், மின்னூட்டம் கொண்ட, மீச்சிறு துகள் என்ற பொருளில் பயன்படுத்தப்பட்டுள்ளது.

நன்னிலை நீர் என்பது, காரமும், அமிலமும் அற்ற நீர் ஆகும்.

Reverse Osmosis என்பதைக் குறிக்க, மறுதலைச் சவ்வூடு பரவல், சவ்வு எதிர் ஊடுபரவல் என்ற சொற்கள் பயன் படுத்தப்பட்டுள்ளன.

* ஐந்திறங்கள்– ஐம்பெரும் பூதங்கள்

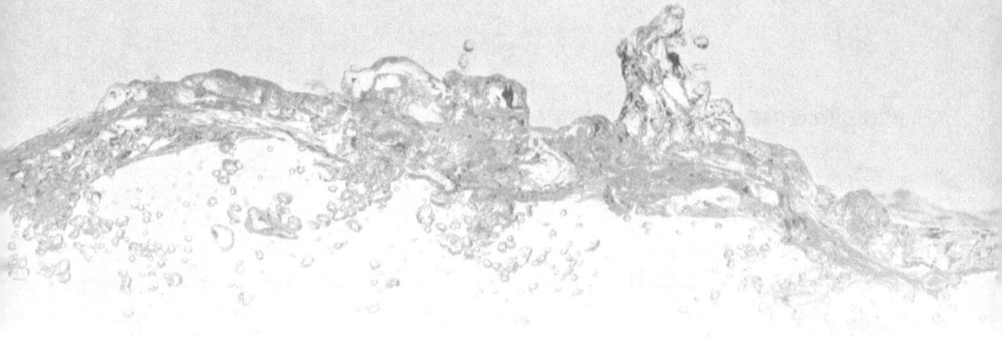

ஆய்வுக்குப் பயன்பட்ட நூல்கள்

நன்றி

(http://tamizhthirukkural.blogspot.com/2019/02/blog&post_14.html).

https://www.dinamani.com/weekly&supplements/dinamani& kathir/2017/

http://paniveli.blogspot.com/2014/06/blog&post.html

https://www.vikatan.com/government&and&politics/politics/63731&flaws&in&the&rivers&interlinking&project

https://www.patrikai.com/today&is&world&water&day/

https://shodhganga.inflibnet.ac.in/bitstream/10603/150101/ 9/09_chapter%203.

Water quality profile of Tamilnadu, TWAD Board.

https://rubanconsultancy.com/groundwater&crisis&1/

Mellor's ModernInorganic Chemistry, ELBS, Longmans green and co.ltd, London

https://ta.wikipedia.org/wiki/ பருவப்_பெயர்ச்சிக்_காற்று

டி. வெங்கடேஷ்மாவட்ட வன அலுவலர்–திண்டுக்கல். (94425 27373)

http://leelamusings.blogspot.com/2016/11/blog

தமிழகத்தின் நீர்வளம்–பி. எஸ். மணி, நியூ செஞ்சுரி புக் ஹவுஸ் பிரைவேட் லிமிடட்

https://ta.wikipedia.org/wiki/இந்தியாவில்_நீர்ப்_பற்றாக்குறை

https://www.updatenews360.com/agriculture/tamil&culture&imbibed&in&agriculture&31219/

கட்டுரை: நாக. இளங்கோவன். மூலமும், படமும்: “தமிழ் இலக்கியங்களில் நீர் மேலாண்மை” – ஆய்வுக் கட்டுரை, தமிழ்ப்பண்டிதர் மணி. மாறன், சரசுவதிமகால் வெளியீடு.

https://pambanmuprasanth.blogspot.com/2018/03/47&ancient&tamil&culture&47&different.html

https://photos.google.com/photo/QipPwwpjIkjyvOKoVGJb6hdRb1BWBb WfldJrM8aE

Crisis in Chennai, Times of India, May 15, 2019.

பாசன ஏரிகளின் பாரம்பரியத்தைத் தேடி, ச.மா. இரத்தினவேல், சிரிவை.நா. கள்ளபிரான்

https://ta.vikaspedia.in/agriculture/ உழவரின் வளரும் வேளாண்மை

https://mdrajain.wordpress.com/2016/ /08/11/ஐவகை–உயிர்கள்

குறிப்புகள்

www.ingramcontent.com/pod-product-compliance
Lightning Source LLC
LaVergne TN
LVHW040751051026
849519LV00007BA/2523
* 9 7 8 9 3 9 1 4 8 0 5 6 1 *